सातत्यता

रहस्य वैचारिक मनाचे!

अमित मेढेकर

अनुक्रमणिका

अनुक्रमणिका

अनुक्रमणिका

प्रस्तावना

'सातत्यता'.. हा माझा 'अविरतता' नंतरचा दुसरा कथासंग्रह!

सातत्यता म्हणजे सतत...! आपल्या मानवी मेंदूचे काम सुद्धा सतत चालू असते आणि त्यात असतात विचार.

सातत्याने येणारे विचार. न थांबता येणारे विचार. काही सकारात्मक तर काही नकोसे...खरं तर माणसाचे मन हे अफाट ताकदीचे! त्यातले विचार जर आपल्याला नीट सांभाळता आले तर जीवन जगण्याची कला फार उत्तम पध्दतीने अनुभवता येते.

मी समुपदेशन करताना वेगवेगळ्या परिस्थिती आणि अगणित प्रश्नांना सामोरे जात असतो, त्यातुन मला जाणवते ते म्हणजे प्रत्येकाच्या मनात असणारे असंख्य भाव! या भावनाच माणसाला खूप काही गोष्टी शिकवत असतात. या भावना जबरदस्त तरल आणि तेवढ्याच सक्षम असतात. भावना, विचार आणि स्व संवाद या सगळ्या नाण्याच्या बाजू..मात्र यानंतर येणाऱ्या प्रतिक्रिया ह्या प्रत्येकाच्या वेगवेगळ्या असू शकतात..या प्रतिक्रिया हाताळायला त्यांना योग्य दिशा देण्याची आवश्यकता असते.

हा कथासंग्रह सुद्धा समुपदेशन करताना मला आलेल्या अनुभव आणि त्यातल्या प्रतिक्रिया यांचे कथा स्वरूप आहे. यातले बरेच अनुभव हे आपल्याला कसे वागायचे आहे हे शिकवून जातात तर काही गोष्टी मनस्वी विचार करायला भाग पडतात.

मी मुद्दामच या कथेची आखणी ही रोजच्या बोली भाषेत ठेवली आहे त्यामुळे तुम्ही अनेक इंग्रजी शब्द हे मराठीत वाचाल. भाषा खूप साधी आहे त्यामुळे वाचायला सोपी जाईल.

आपल्या जीवनाचा मूळ उद्देश हा सतत आनंदी राहणे आहे हे मी मानतो आणि म्हणूनच हा उद्देश जगताना आणि काही परिस्थितीला सामोरे जाताना आपण 'सातत्याने' योग्य प्रयत्न करणे गरजेचे असते. ही 'सातत्यता' तुम्हाला या पुस्तकात सुद्धा वाचायला मिळेल ही आशा व्यक्त करतो.

कळावे,

आपलाच,

अमित सुनीला सुरेश मेढेकर.

ऋणनिर्देश, पावती

माझ्या आयुष्यात काही लोकांचा सहवास हा खूप जबरदस्त आहे. हे लोक मला सतत काहीतरी नवीन लिहीत राहा यासाठी प्रोत्साहित करतात. त्यांना जे जे जमेल ते ते सगळे करतात, उद्देश फक्त हा की मी माझे लेखन सुरू ठेवावे.

या सगळ्या माझ्या प्रियजनांचा मी मनःपूर्वक आभारी आहे ज्यांच्यामुळे मी हे पुस्तक पूर्ण करू शकलो. ते आहेत म्हणूनच मी आहे.

माझी बायको सौ.निधी आणि माझी मुलगी चि. पविशना ह्यांचे करावे तेवढे कौतुक कमीच आहे.

मला कायमच भरभरून प्रेम देणाऱ्या तुम्हा सगळ्यांचे पुनश्च कोटी कोटी आभार!

१

मनाची व्यर्थ चिंता:-

"रक्त अजून लागेल. पेढीत फोन करून मागवून घ्या. इथले रक्त संपले आहे" नर्सने असे सांगितल्यावर विराज घाबरला. आता रक्त मिळणार कसे हा प्रश्न त्याला पडला...

नर्स कडून त्याने ब्लड बँक चे नंबर घेतले आणि त्याने लगेच फोन फिरवायला सुरुवात केली.

तीन ठिकाणी 'नाही' उत्तर मिळाल्यावर चौथ्या ठिकाणी 'एकच बँग अवेलेबल आहे पटकन या' असे उत्तर आले. विराज ताबडतोब तिथे निघाला...

ज्युपिटर पार्किंग मधून काढून तो ब्लड बँक ला 10 मिनिटात पोचला...

इरिडेशन करून दिलेली बँग हातात घेताना तो थरथरत होता. फॉर्मलिटी करून पैसे भरून तसाच तो निघाला.

हातात असलेले 400 ml रक्त त्याच्या आईचे प्राण वाचवणार होते. दुसरी बँग लागू शकते त्याचे प्रि बुकिंग करून आणि हातातल्या त्या बँग ला जीवापाड पकडून तो ज्युपिटर पाशी आला. डिकी मध्ये एक टर्किश चा टॉवेल त्याने ठेवलेला होता. त्यात बँग गुंडाळून ठेवली आणि धावतपळत हॉस्पिटलमध्ये आला.

नर्स ला बँग दिली रजिस्टर वर साईन केली आणि आईजवळ जाऊन बसला.

आई अर्धवट शुद्धीत होती. आईचा हात हातात पकडून विराज ने आईला सांगितले, "आई, बरे वाटेल तुला. मी इथेच आहे"

हे सांगताना तो मात्र बराच आतून घाबरला होता. त्याच्या आईला काहीही न होणे यासाठी दररोज त्याचे हजारो प्रयत्न असायचे.

2 महिन्यांपूर्वी आईला अशक्तपणा आला. एकदम तिचे हात पाय दुखायचे. संध्याकाळ झाली की गळून गेल्या सारखे वाटायचे. ती विराजला सांगायची, "विराज काहीतरी होतंय मला, कळत नाही काय ते"

"अगं आई, वय झाले आहे तुझे आता, थोडी विश्रांती घे. ग्लुकोज, लिंबू पाणी पीत राहा बरे वाटेल" असे तो मजेत सांगायचा.

पण दररोज आई तेच तेच त्याला सांगायची..."काहितरी होतंय.. कळत नाही काय ते"

त्यावर विराज एक दिवस कंटाळून म्हणाला, "मला तर रोज रोज तेच तेच ऐकून ना फार वैताग आला आहे आई.

तेच तेच काय बोलते... आजारपण चवीने चघळायचे आहे का तुला? सकाळ संध्याकाळ त्याच चर्चा करायच्या आणि त्यात मग मला किती त्रास होतो आहे हे दाखवायचे त्यात काय शहाणपण आहे नक्की".

आई त्याच्या बोलण्यावर काहीच बोलली नाही. शांत बसली. मग विराज ला वाटले तो जर जास्तच बोलला. त्याने दुसऱ्या दिवशी घरी ब्लड टेस्ट करायला माणसाला बोलावले आणि संध्याकाळी आईचे सगळे रिपोर्ट्स आणि आईला घेऊन त्याच्या फॅमिली डॉक्टर कडे गेला...

रिपोर्ट्स पाहून आणि आईला चेक करून डॉक्टरांनी ताबडतोब ॲडमिट करून घ्यायला सांगितले.

विराज ने विचारले तर डॉक्टर म्हणाले, "विराज, तुझी आई एक्सट्रीम ॲनिमिक आहे. HB 4 ते 5 च्या घरात आहे. सतत ब्लड द्यावे लागणार आहे. ते ऐकून विराज हादरला.

आई इतके दिवस त्याला सांगत होती आणि तोच उशीर करत होता.

घरी आल्यावर तो आईच्या कुशीत शिरून रडायला लागला...

आई त्याच्या केसांवरून हात फिरवून म्हणाली, "अरे मला काही होत नाही...स्वतःकडे दुर्लक्ष झाले इतकेच..."

"आई मी तुझ्याकडे दुर्लक्ष केले..." असे म्हणून तो रडायला लागला.

आई त्यावर हसून म्हणाली, " असे वेड्या सारखे विचार नाही करायचे..तू कायमच घाबरून विचार करतोस...उगाचच भितोस...ही भीती काढून टाक विराज...तुझे बाबा काय म्हणायचे ते आठवतेय ना तुला?"

"हो..."

"बोल बघू परत एकदा ते..."

"शहाणा तो जो उपाय योजना सांगेल!

हुशार तो जो समोरच्याला मार्ग दाखवेल!

शूरवीर तो जो न बोलता मदतीला धावून येईल!"

"मग आता तुला शूरवीर बनायचे आहे. विशाखा आहे अजून पाठीशी. लहान आहे पण तिचे लग्न पण मला बघायचे आहे...मला काहीही होत नाही"

दुसऱ्या दिवशी आई ॲडमिट झाली.. डॉक्टरांनी सगळ्या टेस्ट करून घेतल्या. बाकी सगळ्या टेस्ट नॉर्मल आल्या फक्त आईचे HB का लो होत आहे ते कळत नव्हते...

डॉक्टरांनी स्पष्ट सांगितले, "जर त्यांनी ट्रीटमेंट ला रिस्पॉन्स दिला तर ठीक नाहीतर अवघड आहे..."

हसणारा खेळणारा विराज त्या दिवशी एकदम सिरीयस झाला. विचारांना घाबरायला लागला. काय होईल याचा विचार करून भ्यायला लागला.

आईला त्याच्या मनस्थिती ची कल्पना होती. ती पण ईच्छाशक्ती लावून बरे व्हायचा प्रयत्न करायची.

विराज मन लावून आईचे करायचा. विशाखाला एकदा सुद्धा हॉस्पिटलमध्ये येऊन नाही द्यायचा. आई तिच्याशी व्हिडिओ कॉल वर बोलायची. ऑफिसमधून कधी कधी तो आईसाठी लवकर यायचा, उशिरा जायचा.

काही दिवसांनी आईला थोडे बरे वाटले. डॉक्टरांनी येऊन सांगितले, "दर 12 दिवसांनी 2 दिवस ॲडमिट आणि ब्लड कम्पलसरी..."

ज्या दिवशी आई घरी आली त्या दिवशी विराज ने आईला आवडते ती बासुंदी आणली..

आई जेवता जेवता म्हणाली, मला तुला एक व्हिडिओ दाखवायचा आहे विराज"

"कुठला ग आई?"

" मी हॉस्पिटलमध्ये असताना तिथल्या अटेंडन्ट नर्स ने मला दाखवला आणि मी तो माझ्या मोबाईल मध्ये घेतला आहे..मी ठरवले होते की घरी गेले की तुला दाखवायचा...."

आईच्या हातातून त्याने मोबाईल घेतला आणि पाहायला लागला...

एक कोणीतरी साधू होते जे सांगत होते,

"सगळ्यात मोठा राक्षस जर कोणी असेल तर तो भीती हाच आहे आणि त्याला आपण आपल्या सोबतीला घेऊन आमंत्रण देऊन वावरतो.

आता तुम्ही सांगा की तो तुमच्या जवळ येतो की तुम्ही त्याला जवळ बोलावता?

कदाचित आपल्या आजूबाजूला परिस्थिती खूप चांगली आहे असे नाही, पण पूर्णपणे वाईट आहे असेही नाही ना!

खुप काही आपल्या हातात आहे! आपल्या मनात आहे! आणि त्यापैकी सगळ्यात जास्ती हे आपल्या विचारात आहे.

"माणसाचे मन चिंती ते वैरी ना चिंती!"

आपण आपल्या मनाचे राजे होऊ यात ना. कशाला कोणा विचारांना, भीतींना आपल्या मनावर राज्य करू द्यायचे?"

हे पाहताना विराजच्या डोळ्यात पाणी आले...आई शांतपणे त्याच्याकडे बघत होती.

"विराज, बाबा कायमच सांगत आले, आज मी सुद्धा तेच सांगते -

"जे काही आहे ते मनावर अवलंबून आहे. मन कमकुवत झाले की भीती निर्माण होतात. भीती चा परिणाम आपल्या प्रतिकारशक्तीवर म्हणजे शरीरावर होतो आणि मग हे कमकुवत बनवलेले शरीर हे निरनिराळ्या व्याधींना आमंत्रण देतात".

"आई मला हे कळते पण तुला काही होऊ नये यासाठी मी प्रयत्न करतो आहे..." विराज मुसमुसत म्हणाला.

"विराज, मनाने ठाम राहा! आपल्या त्या आदिशक्तीवर विश्वास ठेव! काळजी करण्यापेक्षा काळजी घेणे महत्वाचे आहे. तू माझ्यासाठी प्रयत्न करत असताना तुझा स्वतःवरचा विश्वास तुझ्या मदतीला धावून येईल आणि सगळ्यात महत्वाचे म्हणजे या

सगळ्यात तु ठणठणीत राहशील हे नक्की!"

आईची ही वाक्ये त्याने लक्षात ठेवली होती. बाबा 2 वर्षांपूर्वी हार्ट अटॅक ने गेले. सायकॉलॉजीचे प्रोफेसर होते. अफाट जनसंपर्क आणि प्रचंड फॅन फॉलोइंग...रात्री जेवण करून झोपलेला माणूस सकाळी उठलाच नाही..आईने आणि विशाखाने तो धक्का पचवला पण त्याला नाही जमले त्यातून बाहेर यायला.

आज ॲनिमिया नावाचा राक्षस परत त्याच्या आईच्या आपल्या आजूबाजूला वावरत होता..."घाबरू नको तर काळजी घे आणि भीतीला कसे पळवून लावता येईल हे मार्ग शोध असे आईचे सांगणे चुकीचे नव्हते पण त्याला भीतीला बाजूला ठेवणे जमत नव्हते....बाबानंतर आईला काही होता कामा नये यासाठी तो फर्म होता...

आज ब्लड नेऊन दिल्यावर तो आईजवळच बसला होता...नर्स ब्लड बॅग लावायला आली तेव्हा आईच्या हाताखाली असलेला मोबाईल त्याने काढला...

एक व्हिडिओ पॉज केलेला होता...बहुतेक आई तो बघत होती...

त्याने सुरू केला, तेच साधू बोलत होते,

"एक गोष्ट खूप नक्की आहे की जोवर वेळ येत नाही तोवर काळ पण काहीच करू शकत नाही.

त्यामुळे काळ आणि वेळ या दोघांना परतवून लावण्याची ताकद ज्या विश्वास आणि श्रद्धा नावाच्या शक्तीत आहे त्यांना शरण जा आणि मग बघा त्यांची जादू!

त्याने झटकन आईकडे पाहिले...आई अर्धवट शुद्धीत असताना सुद्धा थोडी हसल्या सारखी वाटली...

नर्स ब्लड लावून निघून गेली...

त्याने परत व्हिडिओ सुरू केला. ते साधू बोलायला लागले,

"विश्वास आणि अतिविश्वास यातील फरक ओळखून जगायला आपण शिकले पाहिजे..

जे शक्य आहे त्याला सुद्धा अशक्य बनवते ती भीती!

आपल्याला कमकुवत बनवते, आपले मन विचलित करून आपल्याला कर्तव्यापासून दूर नेते,

आपल्याला निष्क्रिय बनवते ती ही भीती!

जिला आपल्याला घाबरून टाकायचे आहे आणि मनातून हाकलावून लावायचे आहे."

त्यांच्या या बोलण्याचा विराज वर योग्य परिणाम होत होता. ते पुढे बोलत होते,

"पराक्रम हा सगळ्यांना सोबत करण्यात, सहकार्य देण्यात आणि समजावून घेणे यात आहे ना की चर्चा करून नको ते विषय चघळण्यात.

सगळे आपल्या हातात आहे मग आपण हे हात मजबूत करून त्या मजबुतीची साखळी बनवून सगळ्यांना सोबत करूयात आणि प्रत्येक परिस्थिती मधून सुखरूप बाहेर पडूयात...आपण नक्कीच यात यशस्वी होणार हा माझा विश्वास आहे"

विराज खूपच इम्प्रेस झाला होता. त्याची आई एवढी सकारात्मक कशी हे त्याला कळले होते...तो ऑफिसमध्ये असायचा तेव्हा आई हे व्हिडिओ युट्युब वर पाहायची आणि स्वतःची ऊर्जा परत मिळवायची. आईच्या या दृष्टिकोनाचे त्याला खूप कौतुक वाटले...

विराज ने मागे एक कथा वाचली होती, ज्यात अमेरिकेत एका कैद्याला मृत्युदंड दिला होता त्यावर एक प्रयोग करायचे ठरवले.

त्याला सांगण्यात आले की तुला विषारी साप दंश करणार आहे त्यामुळे कदाचित तुझा मृत्यू होईल.

वास्तविक त्या कैद्याला टाचणी टोचली साप आणलाच नाही तरी तो कैदी काही क्षणात मरण पावला! याच्यावर जेव्हा शोध घेतला गेला तेव्हा आपल्याला विषारी साप चावला आहे या विचारानेच तो मेला होता...

म्हणजेच विचारांचे कारण होते त्याची भीती!

साप प्रत्यक्षात नाही तर त्याच्या मनातल्या विचारात आणि भीती मध्ये होता.

विराज ने ठरवले ल, आपल्या भीती नावाच्या या सापाला आपण दूर जंगलात सोडून देऊयात ज्यामुळे आपली स्व सामर्थ्याची ताकद वाढेल...

त्याने आईकडे पाहिले...बहुतेक आईने बंद डोळ्यानेच ते विचार वाचले होते...तिच्या चेहऱ्यावर एक समाधान झळकत होते..

त्याने आईचा हात पकडला आणि आईला म्हणाला,

"आई तुझी लढण्याची जिद्द मला प्रेरित करते आहे. माझ्या मनातील शक्तीला मी जागृत करतो आहे...आत तुझे एकटीने नाही तर माझेही बळ आहे ज्याने आपली लढाई आपण अजून ताकदीने लढूयात. तुला पूर्ण बरे करून मी घरी नेणार...विशाखाचे लग्न तुला पहायचे आहे...मी तुला पूर्वीसारखे उभे करणार...विश्वास ठेव आई आजपासून तुझ्या मुलाने भीती नावाच्या राक्षसाचे विसर्जन केले..."

एकीकडे आईला रक्त चालू होते आणि एकीकडे विराजच्या विचारांचा अभिषेक.

डोळे बंद असूनही चेहऱ्यावर स्मित हास्य असणाऱ्या आईच्या दोन्ही डोळ्याच्या कडांमधून पाणी वाहायला सुरुवात झाली.

त्या माऊलीला हे जाणवले होते की वाहणाऱ्या पाण्याबरोबर तिच्या मुलाच्या 'मनाची भीती' सुद्धा आज वाहून गेली होती. तिचा मुलगा आता खऱ्या अर्थाने मोठे उड्डाण करायला तयार झाला होता.

2

ताकद विलपॉवर ची:-

रामन्ना चे एकच काम असायचे...रात्री फाटकावर जाऊन बघायचे की सगळे ठीक आहे की नाही...रात्रपाळीच्या ड्युटी मध्ये गेल्या अनेक वर्षात केवळ हेच काम ते करत असत...रात्री 10 वाजता रेल्वे फाटक पाशी येणार...सकाळी 6 वाजता घरी जाणार...त्यांचा नेम चुकायचा नाही...सगळ्या गावाला हा त्यांचा नेम माहिती होता....त्यांची काठी टेकवत, चालण्याची गावाला इतकी सवय झाली होती की लोक त्यावरून रात्री 10 वाजले किंवा सकाळी 6 वाजले हे सरळपणे मानून टाकायचे!

रामन्ना कायम एक पुस्तक जवळ ठेवायचे वाचायला...त्यांना वाचायची खूप आवड! त्यामुळे रात्रभर वाचायला एक पुस्तक असायचे...गाडी येतानाचा सिग्नल मिळाला की हिरवा झेंडा दाखवायचा नंतर परत पुस्तक वाचत बसायचे...रात्रभरात 7 ते 8 गाड्या पास व्हायच्या तेवढ्या वेळात हिरवा झेंडा दाखवण्याचे काम झाले कि परत पुस्तकात त्यांची नजर जायची..

रात्री गावची भटकी कुत्री त्यांना सोबत करायची...त्यांच्यासाठी रामन्ना खास बिस्किटे जवळ ठेवायचे...!

त्या दिवशी शनिवार होता...रात्री नेहमीप्रमाणे रामन्ना आपल्या ड्युटी ला निघाले...आधीचा ड्युटीवरचा माणुस, रामन्नाला येताना पाहून आपल्या कामातुन आपण सुटल्याची भावना मनात ठेऊन खुश झाला...रामन्नाच्या पुढेच ड्युटी मस्टर वर त्याने साईन केली आणि तो घराकडे निघून गेला..

रामन्नानी पुस्तक वाचायला घेतले.. आजचे पुस्तक रहस्यमय होते, त्यामुळे त्यात गुंतून पडायला रामन्ना ला आवडणार होते...मन लावून पुस्तक वाचत असताना...एकदमच 3 ते 4 कुत्र्यांचा ओरडण्याचा आवाज आला...ती कुत्री जोरजोरात भुंकत होती...रामन्ना ने पहिल्यांदा दुर्लक्ष केले..त्यांना वाटले की बिस्किटांसाठी हे गोंधळ करत आहेत...पण कुत्री भुंकत राहिली...रामन्ना केबीन मधुन बाहेर आले...त्यांनी कुत्र्यांना बिस्किटे द्यायला सुरुवात केली..पण कुत्री काही ऐकेना...

तेवढ्यात एका कुत्र्याने येऊन रामन्नाचे धोतर पकडून त्यांना खेचायला सुरुवात केली..काहीतरी वेगळा प्रकार आहे हे समजून रामन्ना त्या कुत्र्यांबरोबर जायला लागले..

केबिन पासून 400 मीटरवर कुत्री त्यांना घेऊन गेली...आणि एका जागेवर जाऊन थांबली!

ते दृश्य पाहून रामन्ना हादरून गेले...त्यांच्या हाता पायाला कंप सुटला!

रेल्वेचे रूळ मधून उखडले गेले होते आणि ते मधोमध तुटले ही होते.....

आधीची रेल्वे जाऊन पाऊण तास झाला होता म्हणजे त्यानंतर इथे काहीतरी झाले होते.....

पुढची रेल्वे यायला अजून 15 मिनिटे तरी होती.... भला मोठा अपघात टाळायचा असेल तर आधीच्या केबिन मध्ये तातडीने संपर्क करणे अत्यावश्यक होते...त्या कुत्र्यांनी आपले इमान राखले होते...

त्यांना मनोमन धन्यवाद देऊन, रामन्ना केबिनकडे वळून पळायला लागले..मनात भीती आणि शरीरातील कंप याला सावरत रामन्ना रेल्वे रूळावरून पळत होते आणि तेवढ्यात अंधारात त्यांचा पाय रूळमधील दगडावरून घसरला आणि ते जोरात रूळावर पडले!

डोके रूळावर आपटल्यामुळे त्यांना घेरी आली...या वयात एवढ्या केलेल्या श्रमांमुळे आणि अति ताणामुळे रामन्ना प्रचंड थकले होते आणि त्यात ते रूळावर पडल्यामुळे त्यांना सगळे संपलं असेच वाटले.......................

दूर कुठूनतरी काहीतरी आवाज येत होता...कोणीतरी बोलल्याचा किंवा ओरडल्याचा...त्यांनी डोळे उघडायचा छोटासा प्रयत्न केला पण ते उघडेना....

अजून एक प्रयत्न करून त्यांनी डोळे उघडले...समोरच जोरजोरात भुंकणाऱ्या कुत्र्यांचे चेहरे आणि त्यांचे कर्कश आवाज ऐकू यायला लागले....

क्षणात रामन्ना ना आठवले, आपण फाटकावर मेसेज दयायला चाललो होतो..त्यांनी उठायचा जोरदार प्रयत्न केला...

पण त्यांना जमेना.... डोक्याला मोठी खोक पडली होती...

त्यातून वाहत असलेली रक्ताची धार रूळावर लाल रंगाचा पट्टा निर्माण करत होती....उठणे त्यांना शक्य होत नव्हते... कुत्र्यांचे भुंकणे थांबत नव्हते आणि त्याच क्षणी त्यांनी लांबून येणाऱ्या रेल्वेचा हॉर्न ऐकला...

कष्टाने मान मागे वळवून पाहिले तर दूरवर अंधार कापत येणाऱ्या रेल्वे इंजिनाच्या दिव्याचा झोत दिसला...

याचाच अर्थ 15 मिनिटे झाली आहेत आणि मधला वेळ आपण बेशुद्ध होतो हे त्यांना कळळे..

फाटक पुढे..ट्रेन मागे....आधीच्या फाटकाला मेसेज देऊन ट्रेन थांबवण्याची वेळ निघून गेलेली....

उठण्याची ताकद नाही...फाटकापर्यंत आपण पोचू शकत नाही...ट्रेन धाड धाड करत येत आहे...

काय करावे हे त्यांना कळत नव्हते....!

आणि जबरदस्त इच्छाशक्तीच्या जोरावर रामन्ना उठले...एक चप्पल तुटलेली...ती घालून पळता येणार नाही हे कळल्यावर दुसरी पण तिथेच सोडली....

अंधारात ठेचकाळत आणि धडपडत ते रेल्वेच्या बाजूने धावायला लागले....

अंगातला पांढरा सदरा त्यांनी काढला...थंडीचा स्पर्श होताच ते क्षणभर कुडकूडले...पण तसाच हातात तो शर्ट घेऊन, हात उंच उंच फिरवत..."थांबा..थांबा.." असे ओरडत ते रेल्वे कडे धावले...

सगळी कुत्री त्यांच्या मागे जोरजोरात भुंकत धावत होती..!

तुटलेल्या रूळाचा भाग पार पाडून आता ते अजून पुढे धावत होते..

इंजिनमध्ये बसलेल्या एका ड्रायव्हर ला दिव्याच्या प्रकाशात दिसले की कोणीतरी हात हलवत रेल्वे कडे पळत येत आहे....

त्यांनी तातडीचे ब्रेक दाबले...ताशी 100 किमी स्पीड ने धावणाऱ्या ट्रेन ला ब्रेक दाबले तरी लगेच थांबता येणारच नव्हते....

इकडे रामन्ना पळत येत होते...इकडे ट्रेन हळूहळू स्पीड कमी करत येत होती...

ट्रेन थांबायला सुरुवात झाल्यावरती सुद्धा रामन्ना थांबायला तयार नव्हते...अत्यंत घामजलेल्या आणि धाप लागलेल्या स्थितीत रामन्ना धावत होते...

आणि, एका क्षणाला ट्रेन ने रामन्नाना आणि एका कुत्र्याला धडक दिली...रामन्ना दुसऱ्या रूळावर फेकले गेले तर कुत्रे वर उडून बाजूला जाऊन पडले..

व्हॅक्युम एअर ब्रेक दाबून ट्रेन थांबली होती....

एक ड्राईव्हर रामन्ना च्या बाजूने पळाला आणि दुसरा ड्राईव्हर रूळाच्या बाजूने बॅटरी घेऊन धावला....

रामन्ना ने ट्रेन थांबलेले पाहिले आणि ड्राईव्हर त्यांच्यापाशी पोचल्यावर "रूळ तुटला आहे पुढे......" एवढे सांगून शांत झाले!

पुढे तपासणीला गेलेला ड्राईव्हर येऊन सांगत होता, रूळ पूर्णपणे तुटला आहे...गाडी घसरली असती तर हजारो लोक गेले असते!

दोघांनी रामन्ना कडे पाहिले...त्यांच्या मिटलेल्या चेहऱ्यावर हलकेसे हसू होते!

कदाचित आपण एवढ्या लोकांना वाचवू शकलो ह्याचे ते समाधान होते!

मागून गार्ड ने येऊन वायररलेस ने आधीच्या फाटकावर योग्य सिग्नल दिला होता...!

आज असीम इच्छाशक्ती च्या जोरावर रामन्ना ने अपूर्व पराक्रम केला होता!

एवढ्या जखमी अवस्थेत असताना सुद्धा, जीवाची पर्वा न करता त्यांची विल पॉवर प्रचंड मोठे काम करून गेली होती!

संपूर्ण गाव रामन्नाच्या अंत्य संस्काराला हजर होते...

त्या गावचे रेल्वे फाटक सुद्धा आजपासून रामन्ना गेट या नावाने ओळखले जाणार होते!

माणसाची ईच्छा शक्ती काय करते याचे हे मूर्तिमंत उदाहरण होते.

3

माणूसशास्त्र :-

माणूस ओळखणे हा एक अत्यंत इंटरेस्टिंग विषय! एक खूप छान, तितकाच कुतूहल वाटत असलेला आणि कदाचित दुर्लक्षित विषय!

वास्तविक पाहता याचा अर्थ होतो तुमच्या मनाची प्रवृत्ती!

माझ्या आजवरच्या सगळ्या लेखात मी हेच सांगितलं आहे की, मनुष्य जीवनाचं केंद्रस्थान हे त्याचं 'मन' हेच आहे.

जे त्याला चांगलं, वाईट, योग्य, अयोग्य आणि इतर कुठल्याही भावनांचे, परिस्थितीचे आणि परत्वे कृतीची जाणीव करून देते.

आपण बरेचदा म्हणतो की माझे एक मन म्हणते की हे कर आणि दुसरे मन म्हणते की नको करुस पण हे सत्य आहे.

तुम्ही कॉन्शस माईंड, सबकॉन्शस माईंड हे शब्द ऐकले आहेत.

जागृत मन जे अलर्ट असते आणि सुप्त मन जे सतत विचारात असते...

मग तुम्ही जागे असा अथवा झोपेत, ते सतत कार्यरत असते.

खरं तर प्रत्येक मनुष्य असो अथवा प्राणी त्याला मन हे आलेच पण आपल्या मनुष्य जातीच्या मनालाच प्राधान्य!

आपण आपले पाय दुखले, पोट दुखले, डोळे दुखले त्या सगळ्याला महत्त्व देतो पण मनाला नाही.

कोणत्याही डॉक्टर कडे जाणे अगदी सामान्य वाटते पण मनाच्या डॉक्टरचे नाव घ्यायला सुद्धा कमीपणा वाटतो. का?

मनाइतके महत्त्वाचे असे दुसरं काहीच नाही खरं तर! कारण सगळ्या शरीराची गुरुकिल्ली ही मन आहे.

आता एक बघा, आपल्याला काहीही त्रास होत असो पण जर त्याकडे दुर्लक्ष केलं तर जाणीव कमी होते पण तेच जर माझे हे दुखते, माझे ते दुखते असे म्हणत त्याला प्राधान्य दिलं तर त्रास हा खूप जास्ती प्रमाणात जाणवतो.

आपण म्हणतो "अरे जरा दुर्लक्ष करून बघ, मन गुंतव कशात त्रास कमी जाणवेल"

हेच तर मी सांगतोय की सर्वसामान्य भाषेत आपण म्हणतो ते हेच! पण गंमत अशी की प्रॅक्टिकली आपण ते मान्य करत नाही.

तर हे मन जे सतत कार्यरत असते, विचारात असते त्याला आपण आपल्या न कळत त्रास देत असतो याची आपल्याला जाणीव आहे का?

खरंतर घ्यायला हवी ती त्याची काळजी! पण त्याची गरज ही भासत नाही आणि कधी कोणी म्हणलेच की अरे जा एखाद्या मानसोपचारतज्ञाकडे जा तर त्या बोलण्याचा आपल्याला कमीपणा वाटतो आणि इतर कोणतेही दुखणे असेल ते मात्र आपण सहज मान्य करतो.

आज दैनंदिनी जीवनात आपल्याला प्रत्येक वेळी गरज भासते ती मार्गदर्शनाची. कधी शिक्षणात, कधी व्यवसायात,कधी पर्सनल तर कधी आणखी कोणत्या प्रॉब्लेम मध्ये.

आपण वेळोवेळी किंवा परिस्थितीनुसार म्हणा ना जर विचार केला माणसाची सायकोलॉजी त्याला खूप मदत करते.

विचारांना एक दिशा असते, त्याची एक पद्धत असते आणि ती प्रत्येक व्यक्तीची ही वेगळी असते. ती विचारसरणी तुमचे भविष्य घडवते, तुमचे स्थान निर्माण करते आणि तुमच्या आयुष्याला दिशा देते.

म्हणजे जीवनाचा सगळा खेळच जो आहे तो तुमच्या मानसशास्त्रानुसार असतो.

मन स्वस्थ तर सगळं स्वस्थ हीच सगळी यशस्वी जीवनाची खेळी!

आयुष्याच्या या उपक्रमात तुमचा खरा मदतगार ठरू शकतो तो या क्षेत्रातील एक तज्ञ जो असतो तुमचा मार्गदर्शक गुरू!

तो तुमच्या जीवनाचा शिल्पकार ठरू शकतो आणि एखाद्याच्या आयुष्याचा जादूगार सुद्धा!

मित्रांनो आपले मन जाणा! आपल्या लोकांचे मन जाणा! त्या मनाला जाणून घ्या! त्याचे गरज भासेल तेव्हा भरपूर लाड पण करा आणि त्याची योग्य ती काळजी पण घ्या!

माणूसशास्त्र हा शब्द अवघड वाटत असेल पण ते शास्त्र हे जीवनाचे सार शिकवते आणि अर्थ सुद्धा.

आज मी एक किस्सा ऐकवतो, मी वाचलेल्या सत्य घटनांपैकीच आहे.

माझा एक मित्र जो सतत व्यस्त असतो तो त्याच्या NGO च्या कामात.

भरभरून आयुष्य जगलेल्या लोकांच्या पण आयुष्याच्या संध्याकाळी एकाकी असलेल्या वृद्धाश्रम या ठिकाणी मी एकदा त्याच्या सोबत गेलो.

तिथे बघितले की लोकं हसतात-बोलतात पण त्यांची ती काळजी जी एकाकीपणाची असते ती ते दाबून धरतात ती कुठेतरी दिसून येत होती....

जेव्हा माझ्या हे लक्षात आले की त्यांना यापुढे इथेच राहावे लागणार आहे तेव्हा मी त्यांना काही सांगायचे प्रयत्न केला, तो तुम्हालाही आता सांगतो..

"असे बघा, की नाण्याला दोन बाजू असतात.

घरात एकत्र राहताना बरेचदा ग्रँटेड पकडून काही जवाबदारी थोपवल्या जातात मग ईच्छा असो अथवा नसो. त्यापेक्षा या ठिकाणी समवयस्क लोकांत आपल्या इच्छेप्रमाणे दिवस कंठणे सोपे नाही का?

जबरदस्तीच्या जवाबदाऱ्यां पेक्षा, लोकांच्या इच्छेविरुद्ध राहण्यापेक्षा किंवा कोणीच लक्ष द्यायला नाहीत असे जगण्यापेक्षा हे जगणे वाईट की चांगले..."

मी जेव्हा त्यांना असे विचारले तेव्हा त्यांच्या चेहऱ्यावर काही बदल दिसून आले.

माझा प्रयत्न एवढंच की आहे ज्या ठिकाणी ते आहेत त्या ठिकाणी आपण आनंदात जगावे हेच त्यांना जाणीव करून देणे!

ह्या मनातील बदलाला तर मानसशास्त्र म्हणतात! जे निगेटिव्ह दिशेकडून पॉजीटीव्ह दिशेकडे वळवणे हेच तर यातील महत्वाचे काम! थोडक्यात काय तर तुम्हाला आनंद कशात आहे हे दाखवून देणे आणि समजावून सांगणे!

बघा, प्रयत्न करून स्वतःच्या मनाच्या शास्त्राचा अभ्यास करून..तुमच्या लक्षात येईल की, सगळ्यात मोठा विचार हा आपल्या बाबतीतला आपला 'माणूसशास्त्राचा' असतो.. नाही का?

4

समुपदेशनः-

"अरे अक्षय "खूप अभिनंदन!
तुझे यश बघून खूप आनंद होतोय बघ!"
"काहीही म्हणा पण अक्षय इतका बदलेल आणि यशाचे शिखर गाठेल वाटलं नव्हतं!"
"आमच्या अक्षय ने सार्थक केले बघा आयुष्याचे!"

सगळेच लोक अक्षय च्या यशाचेच कौतुक करत होते पण खरं तर त्यांना आश्चर्यच जास्ती वाटत होते कारण अक्षय खूप साधा मुलगा होता त्यामुळे तो निग्लेक्ट केला जात होता.

अक्षय मात्र दोन्ही हात जोडून एका व्यक्तीचे आभार मानत होता आणि तो व्यक्ती त्याला म्हणत होता " याचा शिल्पकार तू आहेस मी नाही! मी कायम तुझ्या आणि तुझ्यासारख्या सद्गुणी लोकांच्या पाठीशी कायम आहे पण त्याला जोड ही तुमच्या प्रयत्नांची हवी, त्याच्या सातत्याची हवी मग सगळे भरभरून मिळेल याची खात्री असावी!"

काही दिवसांपूर्वी अक्षय अभ्यासात खूप काही विशेष करेल असे वाटले नव्हते पण अचानक अक्षय च्या आयुष्यात एका सुयोग्य माणसाचा प्रवेश झाला आणि त्याने अक्षय चे आयुष्य पूर्णपणे बदलून टाकले आणि तेही सकारात्मक रित्या!

अक्षय ने जे यश मिळवले होते ते सगळ्यांनाच आश्चर्य चकित करणारे होते..कारण बोलणारे खूप जण असतात पण करणारे खूप कमी.

अक्षयने मात्र त्याच्या अगदी विरुद्ध करून दाखवले होते!

आणि यात त्या माणसाचा सक्रिय सहभाग खूप जास्त होता...

ही व्यक्ती म्हणजे अक्षय चा समुपदेशक!

जन्माला येताना प्रत्येक जण हा नशीब घेऊन येतो म्हणतात पण ते कसे फुलवायचे हे त्याच्या कर्तृत्वावर अवलंबून आहे. त्यासाठी लागते ती जिद्द! इच्छाशक्ती! आणि सातत्य!

तर जिद्द म्हणजे काय?

काही करण्याची प्रबळ इच्छा!

काही मिळवण्यासाठी केलेले अथक प्रयत्न.

लहान मुलं आपण हट्टी म्हणतो पण ते त्यांचे केलेले प्रयत्नच आहेत की जे हवे ते लगेच मिळावे याकरिता.

मग तेच लहानपण आपण अंगीकारून आपल्याला जे हवे ते मिळवण्यासाठी आपण प्रयत्न केले तर काय वाईट?

देणारा देतो मग आपण जर आपले घेतानाची झोळी लहान ठेवली तर तो आपला दोष!

म्हणून झोळी ही मोठी ठेऊन जर मागितले तर मिळणार ते ही मोठेच असेल.

"ईच्छा तिथे मार्ग"

असे उगीच म्हणत नाहीत, म्हणून विचार मोठे करा. प्रयत्न त्याहून मोठे आणि मग जे मिळेल ते यश हे गगनाला भिडणारे असेल हे नक्की!

जिद्द आणि ईच्छाशक्ती हे अजब समीकरण आहे.

दोन्ही एकत्र आले तर कोणीही तुम्हाला थांबवू शकणार नाही.

आतापर्यंत आपल्याला कोणी थांबवत आले तर तो असतो आपला आळस! आपले विचार! आपली काही गमावण्याची भीती!

पण जर गमावण्यासारखे खरंच इतके आपल्याकडे असेल तर मिळवायचे ते काय?

म्हणून नीट विचार करून आपण खरंच कशात अडकलो आहोत का याचा नीट विचार करावा.

यासाठी सगळ्यात महत्त्वाची भूमिका निभावेल तो तुमचा गुरू, तुमचा हितचिंतक आणि एक समुपदेशक!

आपल्याकडे समुपदेशन म्हणजे counseling हे फार वेगळ्या अर्थाने पाहिले जाते पण ती आजची खरी गरज आहे.

या समुपदेशनाला म्हणता येईल योग्य मार्गदर्शन!

चांगला समुपदेशक हा एक असा व्यक्ती असतो जो आपल्याला आपलीच खरी ओळख करवून देतो आणि काय योग्य-काय अयोग्य आणि आपली वैयक्तिक कुवत याची योग्य जाणीव करून देतो.

तर मित्रांनो तुमची ईच्छा, तुमची जिद्द आणि योग्य मार्गदर्शन ही तुमच्या खऱ्या यशाची गुरुकिल्ली असते हा विश्वास बाळगा आणि सक्षमपणे पुढे जा..सामर्थ्यवान आयुष्य जगायला !

5

विधिलिखित:-

विधिलिखित म्हणतात ते नक्की काय?

खरंच असे काही असतं का?

मनुष्याच्या आयुष्यात फक्त सुखंच असते का?

जे त्याला नको असते ज्याला तो सगळ्यात जास्ती भितो त्यापासुन लांब पळतो पण तरीही त्याचा पिच्छा सोडत नाही ते म्हणजे दुःख!

मग जर आधी वेगवेगळ्या योनी मधून प्रवास करून आलेला हा आत्मा ज्याला 'अमर' आहे असं म्हणतात तो प्रवास करत आपले कार्य करत जेव्हा मनुष्य योनीत प्रवेश करतो तो केवळ त्या प्रवासाचं सार्थक म्हणून की त्याची शिक्षा म्हणून?

मनुष्य जन्माला येतो तेव्हा सगळं लिहून येतो पण त्या जन्मातील घटना घडण्याच्या काही वेळा, काही स्तर ठरले असतात जे त्याला ठाऊक नसते पण ते घडतं हे नक्की!

त्यालाच तर विधिलिखीत म्हणतात.

कोणाचा उत्कर्ष कोण्या ठराविक वयात-ठराविक काळात- ठराविक क्षेत्रात असेल तर तो तेव्हा घडतो त्याची चिन्हे दिसायला लागतात आणि तो समाधानी होतो किंवा आशावादी तर नक्की होतो.

नैराश्य ही एक अंगीभूत मन स्थिती आहे तिला कसे बाहेर काढायचे हे मात्र एक कौशल्य आहे जे सगळ्यांनाच जमते असे नाही पण जमवता आले पाहिजे हे मात्र नक्की.

आयुष्य हे खरं तर एक गिफ्ट नसून फक्त एक लढाई आहे असेच म्हणले तर जास्त योग्य ठरेल!

लढत राहायचं...प्रत्येक वेळेला जिंकण्याची नाही पण निदान पुढे जाण्याची आशा बाळगत सगळं सहन करत जायचं आणि काहीतरी मिळवण्याची इच्छा ठेवायची...

ह्या लढाईत खूप नवे भेटतात-ते जुने होतात-कोणी सुटतात तर कोणी कायम आपले अढळ स्थान निर्माण करून सोबत राहतात, स्थायी किंवा अस्थायी.

मुळात विधी म्हणजे भविष्य आणि ते जन्माला येताना प्रत्येक जण लिहून घेऊन येतो, पण अंतिम सत्य मृत्यू हे अटळ आहे जे कोणालाही कधीच चुकत नाही...

कोणी अल्पायुषी तर कोणी दीर्घ आयुषी फरक इतकाच!

काही मिळण्याची ईच्छा-काही मिळवण्याची धडपड आणि मिळाले की टिकवण्याचा अट्टाहास ह्यातच वर्षा मागून वर्षे निघून जातात आणि सरतेशेवटी आपण म्हणतो हे तर विधिलिखित होते कोण काय करणार?

मग हा प्रश्न म्हणजे काढलेली पळवाट की सुसह्य वाटून घेण्याची ईच्छा?

अंत हा तर नक्कीच आहे तो स्थितीचा, मनुष्याचा आणि सोबत सतत सुरू असणाऱ्या धडपडीचा...!

पण तरीही सतत सुरू असतो तो एक अट्टहास की मला हे हवे ते हवे त्यासाठी हेवेदावे आणि संघर्ष!

त्यापेक्षा प्रयत्नात विश्वास ठेवला तर योग्य नाही का?

मला मिळणार आहे...पण ते मिळवण्यासाठी प्रयत्न तर करावे लागणार आणि ते करण्यासाठी मन स्थिर आणि खंबीर हे लागणारच.

म्हणून स्वतःवर विश्वास, काही करण्याची जिद्द आणि त्याला जोड प्रयत्नांची आणि हे सगळं जे घडवते ते म्हणजे विधी...

आणि हे लिखित असले तरी अस्तित्वात आणण्याची जवाबदारी ही आपलीच असते.... नाही का!

6

अतिविचार नावाचे व्यसन:-

त्या संध्याकाळी निनाद (नाव बदललेले आहे) माझ्याकडे आला..

त्याला माझ्याशी खूप काही बोलायचे होते. पण सुरूवात करता येत नव्हती.

मी त्याला बोलू द्यायला बराच वेळ दिला आणि शेवटी त्याने सुरूवात केली.

तो मला म्हणाला,"सर, मला खूप त्रास होत आहे"

"कसला त्रास?" मी त्याला विचारले.

"नाही कळत आहे मला. डोक्यात खूप विचार येतात..सतत येत असतात. काही कळतच नाही की, का असे होते..विचारांची साखळी तयार होते. त्याने खूप नकारात्मकता येते. मन अस्वस्थ होते. पहिला जो विचार आलेला होता तो शेवटचा विचार होईस्तोवर असंख्य विचार येऊन जातात ज्यांचा एकमेकांशी काहीच संबंध नसतो.

"अजून काय होत असते..?"

"एकच विचार बऱ्याच वेळा मनात घोंगावत राहतो. खूप वेळ मी एकाच विचारावर काम करत राहतो आणि त्यामुळे मेंदू पूर्णपणे थकून जातो.. काय करू मी कळत नाही आहे.."

निनाद सारखी अवस्था आज बऱ्याच लोकांची आहे. अतिविचार करून स्वतःला त्रास करून देणे ही सवय झाली आहे.

बऱ्याच अंशी आपल्या मनातील काळजी, चिंता आणि अशांतता ही या ओव्हरथींकिंग ला जवाबदार असते. तसेच जर काही लोकांना जर एखाद्या गोष्टीचा निर्णय घ्यायला अवघड जात असेल तरी ओव्हरथींकिंग घडते.

काही लोक जी अति संवेदनशील असतात, त्यांना दुसऱ्यांच्या वागण्याने खूप त्रास होतो.. असे लोक दुसऱ्यांच्या वागण्याचेच विचार करत राहतात.

असेही लोक मी पाहिले आहेत की एखाद्या घडणाऱ्या किंवा कदाचित कधीही न घडणाऱ्या गोष्टींचा विचार करून स्वतःला त्रास करून घेतात. 'असे झाले तर काय होईल? तसे झाले तर कसे होईल? मग माझे कसे होणार?' असे विचार करणाऱ्या लोकांचा काळजी करत राहणे हा बेस पक्का असतो आणि त्यातून बाहेर न पडता आल्यामुळे ते अतिविचार

करून काळजी करत राहतात.

आता यावर उपाय काय हे पण पाहुयात:-

1. सगळ्यात महत्वाचे जाणा की काळजी आणि वास्तवता यात काय फरक आहे? तुमची काळजी करणे आणि वास्तवात हे घडणे यात जर खूप अंतर असेल तर तुमची काळजी ही तुम्ही अवाजवी निर्माण केली आहे हे ओळखा.

2. त्या क्षणात जगायला शिका कारण तो क्षण आपल्याला वर्तमानात ठेवतो. काळजी ही कायम घडून गेलेल्या कुठल्या गोष्टींची किंवा घडणाऱ्या गोष्टींची वाटत असते आणि म्हणूनच त्या वर्तमान क्षणात जगता आले पाहिजे.

3. समस्येच्या बाजूने गोल गोल फिरण्यापेक्षा त्या समस्येचे काय निश्चित उत्तर असेल याचा विचार करा. हे उत्तर मिळाले की तुमचा त्या समस्येला सामोरा जाण्याचा आत्मविश्वास पण वाढेल.

4. स्वतःच्या भावनांना नियंत्रित ठेवा. जे जर तुम्हाला जमले तर तुम्ही अनेक गोष्टींवर विजय मिळवू शकतात. भावनांना जर लगाम लावता आला तर सर्वात उत्तम, कारण यामुळेच आपल्याला कुठे नक्की थांबायचे हे कळू शकते.

5. भूतकाळातील काही गोष्टींना सोडून द्यायला शिका. बऱ्याच वेळेला आपण असे झाले असते तर किंवा मी तसे केले असते तर ह्याच विचारात स्वतःला त्रास करून घेतो. घडून गेलेली गोष्ट आपण बदलू शकत नसतो तरी त्यावर विचार करत बसतो. भविष्यात चुका टाळण्यासाठी आपण भूतकाळातून काही शिकले जरूर पाहिजे पण भूतकाळात अडकून पडायला नको.

अतिविचार करणे हे माणसाला लागलेले एक व्यसनच आणि त्यामुळेच ह्या व्यसनापासून मुक्ती आपण लवकरात लवकरात मिळवायलच हवी.

काळजी करू नका, काळजी घ्या!

7

प्रेम:-

माझ्याकडे काही दिवसांपूर्वी एक मुलगा कौंसेलिंग साठी आला होता...

त्याचा प्रेम भंग झाला होता आणि म्हणून तो खूप नैराश्याने ग्रासला होता...

त्याला ट्रीट करताना सगळ्यात पहिल्यांदा मी त्याला प्रेम या शब्दाचा अर्थ विचारला....

आणि अपेक्षित असल्या प्रमाणे त्याने प्रेम या शब्दाला त्याच्या संपूर्ण ज्ञाना प्रमाणे आजूबाजूला त्याने जे कायम ऐकले किंवा पाहिले (TV किंवा मुव्ही मध्ये) त्यानुसार त्याने बोलायला सुरुवात केली...

त्याचे बोलणे झाल्यावर मी त्याला 'प्रेम' ह्या बद्दल काही वाक्ये सुचवली आणि कौंसेलिंग केले...

पण खरंच जर प्रेम या शब्दाला नीट समजून घेणे गरजेचे आहे....

खरं तर ही एक प्रचंड आश्वासक भावना आहे! एक ताकद जी तुम्हाला सक्षम बनवते! एक फिलिंग ज्यात कोणत्याही प्रकारचे व्यवहार नसतात मग ते नात्यातील बंधनाचे असोत किंवा कर्तव्याच्या बाबतितही!

खरं तर प्रेम ही एकदम पवित्र भावना आहे की ज्या मध्ये एकच आणि एकच ध्येय वाटते ते म्हणजे त्या तुमच्या व्यक्तीला आनंदात बघणे, त्याला आनंद देणे!

जगात सगळ्यात पवित्र असे काही असेल तर ते 'प्रेम'!

आय लव्ह यु हे शब्द फक्त नवरा बायको किंवा गर्लफ्रेंड बॉयफ्रेंड याच नात्यात असते असे काही नाही...

एक लहान मूल सुद्धा बोबड्या बोलात आपल्या आई, बाबा, ताई, दादा ला आय लव्ह यु म्हणतो तर ही मोठी लोक सुद्धा त्या बाळाला हेच शब्द म्हणतात की.

याही पलीकडे आई वडील जे कोणत्याही अपेक्षे शिवाय मुलांवर करतात तेही प्रेमच असते.

तर मला इथे म्हणायचे की 'प्रेम' या शब्दाला प्रत्येक वेळेला ज्या पद्धतीने घेतले जाते ते दरवेळेस योग्य असतेच असे नाही.

आज कित्येक मुलं मुली रस्त्याने हातात हात घालून फिरताना दिसतात, सोबत जाताना दिसतात याचाच अर्थ ते प्रेमात आहेत किंवा खरंच 'प्रेम'ही भावना त्यांच्यामध्ये आहे असे आपण म्हणू शकतो का...प्रेम हे करावे लागतच नाही ते आपोआप होते आणि जेव्हा होतं असते तेव्हा ते कळत सुद्धा नाही.

आपल्याला एखादी व्यक्ती आपली वाटणे हे खूप सुखद आहे. त्या व्यक्तीसाठी आपण काही करावे त्याला आवडते तसे वागावे, ते करावे, त्याला आनंदी ठेवावे

त्याला भरभरून द्यावे याला म्हणतात प्रेम.

त्याच्या आनंदात आपण आनंदी असणे आणि तिथे कोणत्याही भौतिक गोष्टींचा संबंध येत नाही ते खरे प्रेम!

कोणताही हेवा दावा नाही, माझे-तुझे नाही किंवा हे असेच हवे आणि ते तसेच हवे ह्या संकल्पना नाहीत...सगळ्यात महत्त्वाचे म्हणजे ज्यात व्यवहार नाही ते नाते, ते भाव म्हणजे प्रेम!

प्रेम हे दोन मित्र मैत्रिणी असोत किंवा भावंडे असोत किंवा दोन अशा व्यक्ती की ज्या परस्परभिन्न आहेत पण बंध हे जुळलेले आहेत असे कोणीही असोत त्यांच्यात असू शकते.

ज्यामध्ये घेणे नाही तर देणे असते ते खरे बंध.

ज्याच्यासाठी संपुर्ण जगाशी लढायची तयारी असते आणि त्याची त्या व्यक्तीलाही जाणीव असते असा विश्वास ज्या मध्ये असतो ते म्हणजे प्रेम.

तर या भावनेला आपण मनापासून ओळखुयात!

8

ऋण आणि अनुबंध :-

तुमच्या बाबतीत कधी असे घडते का की, कधीतरी अचानक मनात काही विचार येतो आणि त्या विचाराच्या नादात, विचारांशी आठवणीत आपण खूप लांब निघून जातो.

वास्तव परिस्थिती, आजूबाजूचे लोक आणि ते ठिकाण याचे जणू स्थान लोप पावते आणि उरतो तो फक्त एक आणि एकच भास, तो विचार, ती आठवण! मग तो आभास का असेना जो मनाला खूप भावतो आणि त्यातून बाहेर यायलाच नको असे वाटते.

तुम्ही म्हणाल, यांत काय ते नवीन! हे तर प्रत्येकालाच कधी ना कधी वाटते! तर मुळात मुद्दा हाच आहे की प्रत्येकालाच वाटते पण त्याला आपण महत्व देत नाही, कारण सगळ्यांच्या लेखी वास्तव हे जास्ती महत्वाचे समजले जाते.

एखादी व्यक्ती अचानक आपल्या आयुष्यात येते,काहीच नाते नाही, ओळख नाही..पण अचानक आपली भेट होते. मग वय तुमचे काहीही का असेना.

तुमच्या आपापसातील बोलण्यातून तुम्हाला लक्षात येते की विचार जुळत आहेत ज्याला आपण वेव्हलेंथ म्हणतो. गट्टी जमते,गप्पा होतात मग मैत्री होते आणि मग त्याही पलीकडे जाऊन एकमेकांचे घट्ट बंध निर्माण होतात. त्यासाठी तुम्ही स्त्री पुरुष असू शकता, किंवा 2 स्त्रिया, अथवा 2 पुरुष असे कोणीही असू शकते.

किंवा वयातही अंतर असू शकते पण या सगळ्याचा काहीच फरक पडत नाही.

जे निर्माण होतात ते बंध अगदी आत्मीयतेचे असतात कारण मनापासून निर्माण होते ते!

कोणी म्हणावे आणि आपण करावे हा व्यवहार झाला कारण त्यासाठी समाजाचे किंवा नात्याचे बंधन असतात पण इथे असे काहीच नाही नसते.

एकमेकांसाठी काही केले तर मनाला आनंद मिळतो आणि जरी काही नाही केले तरी कोणी का नाही केले असे विचारत नाही. पण आपल्यालाच वाटते की त्या व्यक्तीला हे आवडते मग तसे करावे, जे आवडते ते करावे मग ते खाणे-पिणे असो, कपडे-लत्ते असो किंवा त्या व्यक्तीच्या भल्यासाठी केलेलं प्रयत्न असोत.

अगदी तोच प्रत्यय आपल्याला त्या व्यक्तीकडून मिळाला की मग तर आनंदाला पारावर नसतो.

एकमेकांना आनंदी बघणे यातच समाधान पावणे हे खरे सुख ज्यामध्ये कोणतीही अपेक्षा ही जगरहाटीच्या दृष्टीने नसते.

असे म्हणतात की यामागे तुमचे पूर्वजन्मीचे काही नाते असेल! तुमचे एकमेकांचे काही भावनिक ऋण असतील जे पूर्ण होण्यास या जन्मी पुन्हा भेट झाली.

असे असेलही किंवा नसेलही तो वादच नको ना कारण आपले पूर्वज सांगतात की पूर्वजन्म वगैरे असतो आणि सायन्स काही वेगळेच सांगते पण मी तर म्हणेन की आपण जे आता आहे त्यात जगावे आणि तोच विचार करावा हेच सुयोग्य.

अशा या सुंदर भावनिक गुंतवणीला, नात्याला नावन देता नुसते संबोधता येईल 'ऋण + अनुबंध'

जे नकळत ऋण करतात एकमेकांवर पण जे अनुबंध तयार झालेलं असतात त्यात त्या केल्या गेल्याचा काहीच आराखडा नसतो आणि त्याची गरजही भासत नाही.

जिथे भेटले, बोलले की मनाला छान वाटते! ज्याला मनातील किंवा परिस्थितीतील वास्तवता सांगितली की मार्ग मिळेल हा विश्वास असतो!

विश्वास हा असा की ज्याला डोळे असण्याची सुद्धा गरज नाही!

समाधान जे चेहऱ्यावर विलसते, काळजी प्रेम जे वागण्यातून जाणवते तेच हे बंध!

ज्याला हे मिळाले तो नक्कीच भाग्यवान !.

कधी एकटे बसलो तरी त्या काही आठवणीने नकळत ओठावर हसू उमटते, नजरेत चमक येते, मनी प्रसन्नता येते....हे नाते आहे मनाचे!

मैत्री म्हणा, प्रेम म्हणा किंवा त्याला काहीच नाव देऊ नका पण ते असते हे नक्की याची प्रचिती ही मिळते ती अनुभवाने.

त्या असण्याच्या विश्वासाने आणि 'मी आहे ना' या तीन जादुई शब्दाने.

मला माझ्या प्रोफेशनमुळे खूप वेगवेगळी लोक भेटतात त्यांच्याशी बोलणे होते आणि काहींना त्यातून मार्ग हवा असतो.

कुठलाही मेसेज हा प्रत्येक वेळी फक्त समोरासमोर बसून मिळेल असे नसते तर कधी कधी प्रत्यक्षात जे घडत असते त्याची जाणीव ही असं काही वाचून किंवा ऐकून होते यालाच तर अनुभव म्हणतात जो यावा लागतो..

हे असे निर्माण झालेले बंध ज्याला मी ऋणानुबंध म्हणेन ते प्रत्येकाच्या आयुष्यात कुठे ना कुठे कधी ना कधी कोणत्या तरी रूपाने आपले अस्तित्व दाखवून जातात.

ते समजून घ्या, त्यांना जाणून घ्या आणि जपून सुद्धा ठेवा. हा तुम्हाला मिळालेला अनमोल ठेवा आहे त्याची किंमत फक्त तुम्हालाच माहीत आहे जे 'अमूल्य' आहे.

९

धूळ-कचरापेटी आणि मानसिक आरोग्य :-

तुम्ही कधी कचरापेटी पाहिली आहे का?

निश्चितच असणार!

प्रत्येकाच्या घरात एक कचरापेटी साठी निश्चित जागा असते जिथे आपण सगळा केर-कचरा, धूळ, उष्टे-खरकटे आणि नको असलेल्या गोष्टी त्यात टाकत असतो....

का टाकत असतो?

कारण आपल्याला त्या गोष्टींची गरज नसते...

ती गोष्ट वापरून तरी झाली असते किंवा त्याची उत्पादकता संपलेली असते.

केर काढून झाल्यावर आपल्याला प्रसन्न वाटते..आजूबाजूची घाण गेल्यावर आपल्याला प्रफुल्लित वाटते...कारण स्वच्छता सगळ्यांनाच प्रिय असते..आणि आपल्या सगळ्यांना हे माहिती असते की, ही धूळ, घाण आणि अस्वच्छता जर अशीच घरात राहिली तर आपण तिथे राहू शकणार नाही...दुर्गंधी आणि गलिच्छता यामुळे आपण आजारी पडू....!

पण कधी हा विचार केला आहे का, आपण न दिसणाऱ्या अनेक अस्वच्छता बाळगून असतो..

खूप साऱ्या नको असलेल्या गोष्टी साठवून ठेवत असतो...कारण एक अदृश्य कचरापेटी आपण आपल्या जवळ सतत ठेवत असतो...

जो ब्रेन आपल्या मनाची काळजी घेतो त्या अफाट ब्रेन च्या एका छोट्याशया कप्प्यात आपण ही कचरापेटी जपून ठेवतो..

आता तुम्ही म्हणाल, कचरापेटी कशी?

तर...जे अनावश्यक काळज्या, भीती, चिंता आपण साठवून ठेवतो तेव्हा आपल्या सक्षम मेंदूच्या एका भागात नको असलेला कचरा आपण वाढवत असतो..आणि असा वाढलेला कचरा एक कचरापेटी होण्यास वेळ लागत नसतो!

माझ्या कडे एक केस आली होती, ज्यामध्ये एका व्यक्तीने मला सांगितले की 15 वर्षांपूर्वी घडलेल्या घटनेमुळे तिला अजूनही त्रास होत होता..

याचाच अर्थ तिने ही घटना 15 वर्षे आपल्या ब्रेन च्या आत घट्ट पकडून ठेवली होती...

घटना घडून गेल्यावर त्या घटनेचा प्रतिसाद कसा द्यायचा हे पूर्णतः आपल्या हातात असते पण आपण आपल्या हाता बाहेरच्या असलेल्या गोष्टींचा खूप अंशी विचार करून स्वतःला त्रास करून घेतो.

आपण सगळे घरातील कचरापेटी ही बिनधास्त वापरत असतो, हीच कचरापेटी जर आपल्याला स्वच्छ करावी लागतेही...

तसेच आपण आपल्या मेंदूला कसेही वापरले आणि त्यात अनेक नको असलेले विचार भरून ठेवले तर त्या मेंदूच्या स्वच्छतेचे काय?

ही स्वच्छता कधी करायची?

अनेक त्रास जे आपण जपून ठेवले आहेत त्यांना कधी बाहेर काढायचे?

दुःखद घटनांना कधी लांब सारायचे?

कधी आयुष्यात मनसोक्त जगायला शिकायचे?

जगात जर कुठलीही गोष्ट शाश्वत नाही असे आपण मानले तर तुम्ही करत असलेल्या काळज्या या खूप छोट्या वाटायला लागतील...

तुम्ही ज्या समस्येत अडकलेले आहात ते तुम्हाला क्षुद्र वाटायला लागतील...

माणूस रूपात जर आपण जन्म घेतला आहे तर आपल्याकडे असीम बुद्धिमत्ता आहे हा विचार करून कुठल्याही नश्वर गोष्टींचा आपण त्रास करून घेणार नाही..

आयुष्य सुंदरपणे जगण्यासाठी महत्वाचे आहे ते म्हणजे आपल्या लाडक्या मन- मेंदूची आतून स्वच्छता!

ठराविक काळानंतर ह्या स्वच्छतेची गरज भासते आणि हो हे करायला आपल्याला नक्की जमेल...!

जसे हे करत जाल तसे तुम्हाला मानसिक दृष्टया जास्त सुदृढ झालेलं जाणवेल!

काळजी करू नका, काळजी घ्या!

10

म्युझिक थेरेपी:-

"पहाटेची वेळ आहे, सूर्योदय व्हायला अजून 20 मिनिटे बाकी आहेत. आकाशात तांबडा रंग हळूहळू आपले साम्राज्य स्थापन करतो आहे आणि गार वारा जो नाकाला झोंबतो आहे पण अत्यंत सुखद भावना देतो आहे. जिथवर तुमची नजर पोचेल तिथवर तुमच्या आजूबाजूला प्रचंड हिरवळ, उंच उंच झाडे आहेत आणि रस्ता एकदम शांत वर्दळ विरहित आहे. आजूबाजूला धुके, छानसा नागमोडी रस्ता ज्यात एका पाठोपाठ एक अशी वळणे जे तुम्ही अनुभवता आहात.

या प्रसन्न वातावरणात एकदम फ्रेश अशा फीलिंग मध्ये तुम्ही ड्राईव्ह करता आहेत आणि तुमची सोबत करते आहे ते म्हणजे तुमचे आवडते म्युझिक -संगीत!

किती तो आनंद जाणवेल मनाला!

खूप उत्साह जाणवेल ! वाटेल ही वेळ अशीच असावी आणि कधी संपूच नाही "

"कसे वाटेल?".

म्युझिक ची कमाल जी एक क्षणही थकवा, कंटाळा येऊ देणार नाही हे नक्की.

म्युझिक ही एक जादू आहे जी तुम्हाला खुलवते, बिट्स पकडायला सांगते, नाचायला लावते, तुमचे नको असलेले विचार दूर सारून एकचित्त बनवते.

आपण प्रत्येक जण कुठल्या तरी व्यापाच्या चक्रात अडकलेलो आहे, जरी व्याप वेगळे असले तरी त्यात गुंतणे हे आलेच. मग लोक आले, कर्तव्ये आली जवाबदारी ही आलीच.

हे अगदी साहजिक आहे. त्यातून आपल्या कुठल्या आवडी निवडीबाबत वेळ काढणे हे अति कठीण कार्य.

म्युझिक हा एक उत्तम पर्याय आहे त्यामार्फत आपले सगळे काम उत्तम रित्या पूर्ण करण्यास मदत करते ज्यात प्राविण्य सुद्धा मिळवता येईल.

कसे तर बघा?

जेव्हा आपण गाणी ऐकतो त्यात काही बिट्स असतात, रिदम असतात आणि त्याच सोबत असतात ते शब्द जे मनाला भिडतात आणि त्याला जीव दिलेला असतो तो त्याच्या

ताल लय आणि चाल याने. जेव्हा आपण ते म्युझिक ऐकतो तेव्हा आपल्या शरीरातील काही हार्मोन्स रिलिझ व्हायला सुरुवात होते आणि आपले मूड जे स्विंग झाले असतात ते बऱ्यापैकी जागेवर आणून हॅपी हार्मोन्स पसरतात.

असे कित्येक लोक आहेत जे कधीही वैतागले, चिडले किंवा दुःखात असले की त्या वेळी ती कानाला हेड फोन लावतात आणि मोठ्या आवाजात गाणी ऐकतात. पुढील अर्ध्या तासानंतर त्यांना कळते की त्यांच्या सारखे हॅपी कोणी नाही असेच बघणाऱ्याला वाटते. अगदी "मी आता वाट्टेल ते काम करायला तयार आहे आता" असेही सांगायला ते कमी करत नाहीत.

गाणी ऐकणे ही फक्त हॉबी नाही तर ती एक थेरपी सुद्धा आहे.

गाणी म्हणाल तर ती रोमँटिक, मस्तीवाली, सॅड तर काही अगदी इन्स्पिरेशनल सॉंगस सुद्धा आहेत. ही गाणी आपल्या जगण्याला जिवंतपणा देतात तर चेहऱ्याला ताजेतवाने सौंदर्य प्रदान करतात.

मनात विचारांचे प्रचंड काहूर जरी माजलेले असेल तरी मन शांत करतात ज्यामुळे आपल्याला नवीन मार्ग सुद्धा दिसायला लागतात.

आपल्या सोबत असलेल्या व्यक्तींना आणि आपल्याला मोकळेपणात आणून एकमेकांना समजून घ्यायला मदत करतात.

आजकाल झुंबा, एरोबिक्स हा जो व्यायामाचा प्रकार आहे त्याचा बेस पण म्युझिक हाच आहे.

जेव्हा आपण साधे चालायला जातो त्यावेळी ते कंटाळवाणे वाटते इतकेच नाही तर काहीच न करता खूप काही केल्याचा आव आणत व्यत्यय आणतो, पण तेच जर जिम मध्ये सगळे कठीण व्यायाम करताना म्युझिक उत्साह निर्माण करते आणि आपल्याला हवे ते रिझल्टस मिळवून देते.

अनेकांना एकमेकांच्या साठी फिलिंग्स व्यक्त करायला म्युझिक मदत करते.

लहान मुलांना त्यांच्या पद्धतीने शिकायला आणि समजायला हेच म्युझिक मदत करते ते त्यांच्या गाणी रूपाने समजायला सोपे आणि लक्षात राहायला सोपे पडते.

म्युझिक आपल्या मनाला भिडते आपल्या भावना जागवून आपल्याला आपली स्वतःची ओळख करवून देते. बरेचदा खूप काही वाटत असले तरी व्यक्त करता येत नाही अशा वेळी मदतीला धाऊन येते ते हे म्युझिक म्हणजेच संगीत.

जे आपल्या आजूबाजूच्या वातावरणाला मोहक बनवते त्यात जिवंतपणा आणते आणि अजरामर बनवते ते म्युझिक!

निरुत्साही, आळशी, झोपलेल्या मनाला चालना देते ते म्युझिक!

प्रेम काय याची जाणीव करून देते ते म्युझिक!

अव्यक्त ते व्यक्त करायला मदत करते ते म्युझिक!

आनंदात क्षण घालवायला आणि ते अजरामर बनायला मदत करते ते म्युझिक!

एकटे असताना सुद्धा एकटेपणाच्या जाणीवेपासुन परावृत्त करते ते म्युझिक!

क्षण उपभोगायला शिकवते ते म्युझिक!

आनंदात मदहोश होऊन नाचायला शिकवते ते म्युझिक!

शांत समुद्र किनारा, संध्याकाळची वेळ तो अस्ताला येणारा सूर्य आणि त्याच्या आजूबाजूला असलेला संधीप्रकाश तुमच्या मनातील काव्याला आव्हान देते ते म्युझिक. आपोआप काही गाण्याच्या ओळी तर नक्कीच ओठावर येतील.

आपल्या आठवणींवर जे अधिराज्य चालते ते या म्युझिकचे.

त्यात आपल्याला लाभलेली देणगी म्हणजे अजरामर गाणी , त्याच्या जोडीला ते गायक ज्यांनी त्या गाण्याला गाऊन शब्द कानाला दिले आणि आपल्या पर्यंत सहजरित्या पोहचवले.

हिंदी, मराठी, इंग्रजी किंवा अजून कुठल्याही भाषेतील शब्दांना जेव्हा उत्तम म्युझिक ची साथ लाभते तेव्हा तयार होतो अजरामर गाण्यांचा नजराणा जो कुठल्याही खजिना पेक्षा कमी नसतो.

सांगा मग, तुमची म्युझिक थेरपी कुठली?

11

आशा :-

समर एक खूप मोठा ॲथलिट होता!

लहान असताना चालता त्याला कधी आलेच नाही, सतत धावायचे. मग कधी भिंतीला धडकायचे, कधी खुर्चीत पाय अडकून पडायचे तर कधी कोणाला टक्कर द्यायची. आजूबाजूचे गमतीने म्हणायचे " गेल्या जन्मी हरीण होता की काय?"

त्याच्या एकूण बॉडी वरून तो नक्कीच खेळात काही करू शकेल असे वाटायचे आणि त्याला त्याप्रमाणे घडवायचे हे घरच्यांनी ठरवले.

शाळेतील धावायच्या स्पर्धेत तो नेहमी अव्वल यायचा, मग त्याच्या वडिलांनी तशी चौकशी करुन त्याला त्या दिशेने ट्रेनिंग द्यायला सुरुवात केली. छान कोच मिळाले पण भयंकर स्ट्रिक्ट, तरीही जसे सोनार हा सोन्याला तापवून सुलवून दागिना घडवतो तसेच मानून आईवडिलांनी कोच म्हणेल त्याप्रमाणे त्यांचे सगळे फॉल्लो केले.

वयाच्या 12 व्या वर्षी तो स्टेट ला सिलेक्ट झाला आणि त्याच्या कारकिर्दीचा सुवर्णकाल सुरू झाला. पुढे त्यात प्रगती करत अगदी तो गोल्ड मेडल पर्यंत पोचला.

अशीच एक टूरनामेंट जिंकून परतत असताना त्यांच्या गाडीला अपघात झाला आणि त्यात त्याने एक पाय गमावला.

झालं, जगण्याची ईच्छा त्याने सोडली आणि नैराश्य त्याच्या आयुष्यात अवतरले...

पण तेच कठोर, स्ट्रिक्ट कोच त्यांनी त्याला यातून हळू हळू वर काढले, त्याला पुन्हा घडवले आणि त्याला मेटलच्या पायाच्या साहाय्याने सुद्धा धावायला शिकवले.

त्या एका आशेपोटी तो उभा राहिला आणि त्याचे आईवडील सुद्धा दुःखाच्या डोंगरातून बाहेर आले आणि पुढे जायला शिकले.

पुन्हा पायावर उभे राहण्याच्या इच्छेने आणि आशेने त्यांचे आयुष्य पुन्हा स्थिर झाले आणि मार्गी लागले.

उम्मीद पे दुनिया कायम है! हे तर जगण्याचे ब्रीदवाक्य आहे.

आशा...! ही आशा जी जगण्याची दोरी घट्ट धरून ठेवते. मनुष्य शेवटच्या क्षणी सुद्धा कुठेतरी,काहीतरी आशा लावून असतो कधी कुणाला शेवटच्या भेटण्याची तर कधी आयुष्य पुन्हा जगण्याची.

प्रख्यात कलाकार सुधा चंद्रन हे पण असेच एक उदाहरण. आपले दोन्ही पाय अपघातात गमावून सुद्धा फक्त डान्स या त्यांच्या पॅशनवर आणि आशेवर त्या पुन्हा उभ्या राहिल्या आणि स्वतःला शाबीत केले.

एका आईला असते आपल्या मुलांच्या उज्वल भविष्याची आशा ज्यासाठी ती आपले सर्वस्व पणाला लावते आणि आयुष्य सॅक्रीफाईज करते.

शेतकऱ्यांना यावर्षीतरी पाऊस होईल आणि पीक चांगले येईल ही आशा असते, ज्यावर पुन्हा कष्ट करतो.

एकट्या जीवाला सोबतीची आशा म्हणून ते स्वतःला जगाला जोडून ठेवायला बघते.

कोरोना काळात डॉक्टर,नर्स, पॅरा मेडिकल आणि असे कित्येक प्रोफेशन्स जीवाचे रान करून सेवा करत आहेत तर प्रत्येक घरातील व्यक्ती ही आपल्या व्यक्तीच्या सुखासाठी कर्तव्य बजावत आहेत. प्रत्येकाला आशा आहे की पुन्हा पूर्ववत सगळे छान होईल आणि आयुष्याची घडी सुरळीत होईल. मग मुले शाळेत जातील,कॉलेजमध्ये जातील सगळी ऑफिसेस सुरू होतील आणि जग नव्या प्रगतीला पुढे जाईल.

असे अनेक प्रकारे आपण बघतो की जीवनाचे हे चक्र सुरू आहे आणि पुढे जात आहे ते केवळ आशेवर!

नवीन उभारत्या कलाकाराला किंवा खेळाडूला यशस्वी होण्याची आशा असते!

एका सुहृद जगाचे कल्याण इच्छिणाऱ्या व्यक्तीला त्याच्या कार्यातून समजकल्याणाची आशा असते!

बाळाला आई बाबा ऑफिस मधून येताना खाऊ आणेल याची आशा असते!

वयस्कर लोकांना आपले नातवंडे आणि मुले आयुष्याची संध्याकाळ सोबत करतील ही आशा असते!

जगाशी लढायला निघालेल्या लढवय्याला पक्की सोबत मिळून पुढे लढायची आशा असते!

सगळा खेळच आशेचा!

ही एक आशा गमावली की सगळं मातीमोल हे नक्की. मग जगण्याची, लढण्याची,काही मिळवण्याची आणि आयुष्य जगायचीच ईच्छा संपुष्टात येते.

आयुष्य थांबून राहील. जगराहाटी संपुष्टात येईल,प्रयोग अयशस्वी होईल आणि प्रगती खुंटेल.

म्हणून म्हणतो या आशेला कमी नका समजू तीच दाखवेल योग्य मार्ग!

निर्माण करेल नवीन विश्व!

घडवून आणेल नवा इतिहास आणि गाजवेल पराक्रम!

मिळवून देईल चैतन्य आणि उत्साह आणि जिंकून देतील अष्टदिशा!
काय पटतंय का?

12

अमरत्व :-

"किशोर कुमार हा त्याच्या आवाजाने कायम अमर आहे!" आपण अगदी सहज म्हणतो.

"छत्रपती शिवाजीमहाराज आणि छत्रपती संभाजी महाराज हे कीर्तीरूपी सदैव अमर आहेत" आदराने, भक्तीने आपण कायम उच्चारतो.

अमरत्व हे नक्की काय आहे हे आज मी थोडे माझ्या पद्धतीने बोलतो.

महाभारतातील द्रोणाचार्य पुत्र अश्वत्थामा हा चिरंजीवी आहे आणि आजही तो लोकांना दिसतो. त्याचा मणी काढळ्याने कपाळावरून भळभळणारी जखम ही कायम ओली राहील हा त्याला श्राप आहे त्यामुळे त्या जखमेला औषध म्हणून तो लोकांना तेल मागतो असे म्हणतात. तो दिसल्याचे आणि प्रत्यक्ष भेटल्याचे अनुभव काही लोकांनी सांगितले आहेत.

पवन पुत्र भगवान हनुमान- मारुती हे सुद्धा अमर आहेत असे म्हणले जाते. राजा बळी, ऋषी परशुराम, महाराज विभीषण, ऋषि व्यास, ऋषी कृपाचार्य हे भारतीय इतिहासातील अशी काही नावे आहेत ज्यांना अमर म्हणले जाते.

तर हे झाले आयुष्याने मिळालेले अमरत्व!

आपल्या सारख्या सामान्य मनुष्याच्या जीवनात हे शक्य नाही पण असे काही आपण नक्कीच करू शकतो की आपले नाव आपले अस्तित्व हे अमरत्वाला जाऊ शकते.

आता हेच बघा वरील उदाहरण... प्रसिद्ध गायक किशोर कुमार त्यांच्या आवाजाने कायम अस्तित्वात असणार ते त्यांनी गायलेल्या सदाबहार गाण्याने!

मदर तेरेसा ह्या त्यांच्या समाजकार्याने कायम लोकांच्या मनात घर करून राहतील.... हे पण अमरत्व जे कार्याने मिळाले.

असे अनेक खेळाडू कलाकार आहेत की जे त्यांच्या कलेने गुणाने कायम लोकांच्या मनात आणि इतिहासात आपले नाव कोरून राहतील.

जेव्हा स्त्री शिक्षण हा विषय उच्चारला जाईल तेव्हा कायम महात्मा ज्योतिबा फुले आणि सावित्रीबाई फुले यांची नावे घेतली जातील कारण स्त्री शिक्षणाचा पाया हा त्यांनी घातला.

झाशीची राणी लक्ष्मीबाई , महाराणा प्रताप असे अनेक व्यक्ती आहेत जे त्यांच्या असामान्य कर्तृत्वाने, बाणेदारपणाने आणि बहादुरीने अमर झाली आहेत.

आपल्या आजूबाजूला अनेक संस्था आहेत ज्या आपल्यापैकी कोणी लोक चालवतात..या संस्था आपल्या कार्याने लोकांमध्ये जनजागृती निर्माण करतात, अंधश्रद्धा निर्मूलन करतात, स्त्रियांना समाजात स्थान मिळवून देतात, अनाथ आणि वृद्धांना आधार मिळवून देतात मग त्यांचे हे काम सतत पुढे चालवणे हे अमरत्व नाही का?

अमरत्व हे फक्त आयुष्य मिळण्याने किंवा भरपूर आयुष्य मिळाल्यानेच होते असे नाही तर ते आपले नाव कार्यरूपाने जिवंत ठेवण्याने सुद्धा मिळते.

काही महापुरुष आपल्या कार्याने अमर आहेत. कितीही काळ पुढे गेला अगदी पिढ्या बदलल्या म्हणालेत तरी त्यांचे अस्तित्व हे अमर असेलच.

देव असे ज्याला आपण म्हणतो तो पूजेचा भुकेला किंवा नैवेद्याचा भुकेला नाही तर तो आहे तुमच्या भावनेचा भुकेला. चांगले वागा, चांगले चिंता, चांगले करा तो तुम्हाला आशीर्वाद देईल हे नक्कीच.

आपल्या मिळकतीच्या साहाय्याने आपण जर आपण आपल्या आई असो अथवा वडील यांच्या नावाने जर काही चांगले कार्य आरंभ केले आणि त्याला पुढे नेण्याची वृत्ती आपल्या पुढच्या पिढीत निर्माण केली तर आपण आपल्या आईवडिलांचे नाव सुद्धा अमरच करतो.

कार्याने, कृतीने, वागण्याने असंख्य लोक कायम आपली छाप सोडून गेले आहेत जे पिढी दरपिढी आजही जगात लक्षात आहेत.

आपला भारत देश हा तर खूप प्रगल्भ आहे आणि इतिहासातील अनेक घटना, लोक आहेत जे कायम अमर आहेत.

त्यांच्या कार्याने ते अमर झालेच ना!

मी तर म्हणेन आयुष्य मोठे का छोटे हे महत्वाचे नाही पण ते जगले कसे आणि इतरांना जगवले कसे हे महत्वाचे ते महत्वाचे.

मला कायम वाटते की जे अमरत्व हे कार्याने मिळाले तर ते आयुष्य असलेल्या अमरत्वापेक्षा काही वेगळे नाही.

13

समिधा :-

पूर्वीच्या काळी होम हवन होत असत हे आपल्या संस्कृती चा एक महत्वाचा भाग समजला गेला आहे. ऋषी मुनी असोत अथवा राजा किंवा प्रधान, देवाला अर्पण करायची भावना असो किंवा काही मागणी असो, आशीर्वाद हवा असेल आपली काही मागणी त्या इच्छित देवापर्यंत पोचवायचे असेल तर मोठमोठे होम हवन, यज्ञ केले जात असे. आपण ऐकले असेलच अश्वमेध यज्ञ ज्यात आपण सार्वभौम विजेता असे एक चक्रवर्ती म्हणून सगळ्यांनी मान्य केले जावे यासाठी एक अश्व म्हणजेच घोडा हा सगळ्या राजांकडे पाठवला जायचा आणि त्यांनतर त्याला राज्यांकडून मान्यता मिळत असे त्यासाठी केलेला मोठा यज्ञ तोच अश्वमेध यज्ञ!

तर आजही अनेक ठिकाणी देवाची आराधना करताना, नवीन वास्तू असेल तिचे पूजन करताना यज्ञ केला जातो. त्या यज्ञात जे वाहिले जाते त्याला म्हणतात समिधा.

समिधा ह्या खूप महत्वाच्या असतात ज्या हवन, पूजा, ज्याची आराधना करायची ते देव याप्रमाणे बदलतात. समिधा म्हणजे त्या वनस्पती, लाकूड जी यज्ञात तुपाबरोबर अर्पिले जाते. म्हणजे एक अविभाज्य घटकच!

आता जर या समिधा नसतील त्यांची आहुती नसेल तर त्या कोणत्याही विधिवत प्रार्थनेला काही अर्थ राहिला का? उद्देश सफल होईल का?

असे अनेक प्रकारचे यज्ञ आपल्या आजूबाजुला रोज होत असतात त्याचा पत्ता आपल्याला लागेलच असे नाही पण समिधा आणि त्यांची आहुती मात्र सतत पडत असते.

आयुष्य नावाचा जो यज्ञ आहे त्यात आपण देतो ती आपल्या भावनांची, ईच्छांची आहुती कारण जेव्हा एकापेक्षा जास्ती व्यक्ती एकत्र येतात तेव्हा तडजोड ही येतेच.

राजकारण असो की चित्रीकरण, आयुष्य असो अथवा एखाद्याचे प्रेम, कोणी ना कोणी समिधा बनून आपली आहुती हे देतेच तेव्हाच फलित मिळते आणि स्वप्न पूर्ण होतात.

माझे आवडते लेखक सुहास शिरवळकर यांची एक कादंबरी आहे "जाई". ती वाचली की त्यात स्वतःला जाळत समिधा बनून ती जाई कशी आपल्या प्रेमाखातर आयुष्याची आहुती

देते आणि तिच्या शेखर चे आयुष्य त्याला जगायला मोकळे देते हे उत्तम उदाहरण आहे.

आई आपल्या सगळ्या हौसमौज, ईच्छा आनंद याची आयुष्यभर आहुती देतेच की आपल्या पिल्लांच्या आनंदासाठी त्यांच्या उत्तम भवितव्यासाठी मग ती पण एक समिधाच नव्हे का?

खडतर आयुष्य जगत एका ध्येयासाठी एखादी व्यक्ती आपले आयुष्य वेचते आणि ते स्वप्न साकार होताना बघायची वेळ येते तेव्हा डोळे मिटतात पण त्यात समाधान असते मग त्याची बनलेली समिधा ही दुसऱ्यांना उजेड नक्कीच दाखवते.

माझ्या बाजूच्या सोसायटीत एक आजोबा राहतात त्यांचे वय आहे 90, काही वर्षांपूर्वी योगायोगाने त्यांची आणि माझी ओळख झाली आणि मैत्री ही पक्की झाली. वय काहीही असो ते दिसले की मी थांबून 10 मिनिटे बोलतो तर मला पाहिल्यावर त्यांच्या डोळ्यातील आनंद हा खूप काही बोलून जातो.

तर झाले असे की गेल्या वर्षी आजी वारली आणि आजोबा हळवे बनले. आयुष्यभर काटकसरीने संसार करून दोघांनी पुण्यात मध्यवस्तीत जागा घेतली मग त्यात काही बांधकाम करून काही भाड्याने दिले आणि वरचा पूर्ण मजला घरासाठी ठेवला. नातवंडे बाहेरदेशी राहतात आणि आता त्यांच्या लग्नाची वय झाल्याने त्यांच्या अपेक्षावेगळ्या. त्यांना त्याना त्यांच्या परीने घर बनवायचे, सुखसोयी करायच्या सगळे कसे मॉडर्न!

आता ते सगळे तोडायचे मोडायची म्हणल्यावर त्या आजोबांचे मन झाले हळवे आणि बेचैन की मी सांभाळून घडवले आणि आता ते मोडकळीस काढणार. मी त्यांना समजावले की तुम्ही तुमचे जे काही दिवस असतील वर्ष असतील ती बिनधास्तपणे जगा, बोलून घालवू नका किंवा विरोध पण नको कारण काळ हा बदलतोय मग नवीन ते काय आणि जुने ते काय हे आपण ओळखले पाहिजे... उलट काळाच्या सोबत जाऊन नवीन स्वीकार आणि एन्जॉय करा... तेव्हा त्यांना ते पटले आणि मला म्हणाले," आम्हीं कष्ट करून समिधा बनलो याचे समाधान आहे अनं या पिढीला जे मिळाले ते त्याचेच फलित.

त्या आहुतीचा आदर करायला शिकले पाहिजे. पिढीनुसार आज जे सुख समाधान मिळते त्यासाठी कुठल्या ना कुठल्या एका पिढीने अविरत कष्ट केलेत तेव्हाच आज सोन्याचा दिवस दिसतो.

आपल्या एका व्यक्ती साठी जगण्यात, त्याच्या स्वप्नाला जगवत फुलवत पूर्ण करत, सोबत करत असताना त्या वेळी जो आनंद मिळतो त्याची बरोबर कुठेच नाही. मग त्यासाठी सतत कार्यरत राहणे असो की झटत राहणे असो त्याचा त्रास कधीच होत नाही उलट मिळते ते समाधान. त्यावेळी आपण फक्त त्यासाठीच जगत असतो मग आपले सर्वस्व जे समिधा बनले तरी आनंदाने आपली पुढे पाऊल टाकण्याची तयारी असते.

जे पूज्य ते प्रेम,जे आराध्य ते दैवत, जे प्रिय तो ध्यास आणि त्यासाठी हे सर्व तो आयुष्याचा उद्देश!

काही समीकरण फार वेगळी असतात जी ज्याची त्यालाच कळतात म्हणून यज्ञातील प्रत्येक समिधा ही आतून समाधानीच असते.

14

स्वतःची पारख :-

"अय्या! किती सुंदर साडी आहे गं तुझी?

कुठून घेतलीस? काय किंमत आहे?"

नित्या फक्त विचारत होती, मात्र तिची विस्फारलेली नजर मात्र साडीवरून ढळत नव्हती.

आपण खूप खास काही केले या ऐटीत सीमा मात्र तिच्या रिऍक्शन एन्जॉय करत होती तिला आणखी जेलस करवत होती.

काय ना ही वृती?

सक्षम ला आज कंपनी ने त्याच्या परफॉर्मन्स मुळे महागडा मोबाईल गिफ्ट केला होता आणि इंसेंटीव सुद्धा दिला होता... तो खूप खुश होता तर बाजूला उभा असलेला अरुण मात्र खाऊ का गिळू या विचारात चरफडत होता, पण वरून मात्र खोट्या स्माईल ने वावरत होता.

ही पण एक वृती!

शेजारच्या राजन ने आज नवीन गाडी घेतली आणि त्याचे पेढे घेऊन तो शिरीष काकांकडे आला...

"अभिनंदन हो तुझे..कौतुक आहे, एवढ्या लहान वयात गाडी घेतली" पेढा घेत काका म्हणाले आणि मनात विचार केला की एवढ्या कमी वयात हा गाडी घेऊ शकला म्हणजे नक्की काहीतरी वेगळ्या प्रकारचे काम करत असला पाहिजे...

अशी ही एक वृती!

माणूस तितक्या वृती म्हणतात ते खरंचआहे पण हे मात्र अनुभवाने लक्षात येते.

व्यक्ती तितक्या प्रकृती नि वृती तसे विचार!

मन तसे कृती आणि कृती तसे कार्य!

कार्य तसे व्याप आणि व्याप तसे ख्याती!

बघा कशी साखळी आहे ना ती... थोडक्यात काय तर व्यक्ती आणि वृती ह्या एकाच नाण्याच्या दोन बाजू.

आपल्या आजूबाजूला आज आपण प्रकर्षाने एक गोष्ट बघतो तर ती म्हणजे मुलांची बदलत गेलेली वागण्याची तऱ्हा.

आपण म्हणजे अगदी तुम्ही- मी सुद्धा आपल्या मुलांचे लाड करतो पण कधी हा विचार केला का की ते अनावश्यक लाड या प्रकारात तर मोडत नाहीत?

प्रत्येकाला वाटते की आपल्या लहानपणी नाही मिळाले तर आपल्या मुलांना हे नक्की मिळावे पण मेख तिथेच आहे.

एक बघा आपल्या लहानपणी आपल्याला काही चॅलेंज असायचे.... ते पुरे केले तर मग ती वस्तु मिळेल असे असायचे आणि मग आपण त्या जिद्दीने ती वस्तू मिळावी म्हणून प्रयत्न करायचो आणि मिळवायचो पण आता ते राहिले नाही... हे सगळेच पूर्ण बदलले आहे असे नाही का वाटत?

स्मार्ट फोन हा तर जणू माझा हक्कच आहे असा हा या पिढीचा हट्ट असतो!

माझ्या मित्राकडे हे आहे मग मला पण ते हवे ही मागणी सतत असते पण त्यासाठी काही एफर्टस घ्यायची तयारी आहे का?

तर 'नाही' हे उत्तर प्रामुख्याने पुढे येणार.

तंत्रज्ञान आले, काळ बदलला म्हणून डिमांड बदलले आणि देण्याची आपली वृत्ती सुद्धा. पण नीट विचार केलात तर समजेल की आज आपण हे सहज त्यांना उपलब्ध करून देतो आहे पण त्या मिळाल्याची किंमत आहे का? की त्यांचा समज हाच असेल की हा माझा हक्कच आहे?

मोबाइल हे फक्त उदाहरण दिले पण हे फार मोठ्या प्रमाणावर घडते आहे की गरज आहे की नाही याचा विचार केलाच जात नाही पण तोंडातून निघाले की त्यांच्यापुढे हजर!

त्यासाठी काही चॅलेंज, काही कृती, काही परीक्षा जर दिली गेली तर नक्कीच ते मिळायला कष्ट लागतात हे कळेल.

इझी लाईफ! इझी ऍक्सेस! हे फार कॉमन झाले आहे, याचा परिणाम हा सरळ स्वभावावर पडतो आहे आणि मग वाढते आहे ती या पिढीची वृत्ती.

कष्ट, जाणीव, किंमत(पैशाने नाही) हे सगळे लोप होत आहेत, त्यात ते जितके चुकतात त्यापेक्षा जास्ती आपण चुकतो कारण आपण न मागता सुद्धा देणारे असतो.

आधीच्या काळी आपण आपल्या पालकांना घाबरायचो आणि आताची पिढीकडे पालकांसाठी भीतीयुक्त आदर आहे का नाही असेही कधी कधी वाटते....पालक काही सांगायला गेले की 'तुमचे थिंकिंग फार ओल्ड आहे' असे सहज उत्तर मिळते!

पण याउलट आपण असाही विचार करू शकतो की, आज जितका सपोर्ट या पिढीला आपण देऊ शकतो तो आपल्याला कदाचित नाही मिळू शकला.

कधी परिस्थिती वेगळी, तर कधी वातावरण विचित्र तर कधी नॉलेज ची कमी त्यावेळेस होती.

आता जर प्रगतीसाठी अनेक रिसोर्सेस उपलब्ध आहेत तर त्यांचा योग्य वापर करून प्रत्येकाला स्वतःला नीट जवळून ओळखायची गरज आहे असे मला वाटते.

काळाची गरज म्हणून स्वतःला जास्त सक्षमपणे ओळखणे हे ही तेवढंच महत्वाचे आहे.

आजच्या जगात ज्याला इच्छा आणि गरज यातला फरक कळला त्याला स्वतःची पारख झाली असे म्हणता येईल, हो ना!

15

भीती नावाचा महाराक्षस:-

निशांत (नाव बदललेले) एक गोड मुलगा. आई बाबांचा खूप लाडका कारण एकुलता एक. आई बाबा दोघेही सर्व्हिस करणारे. निशांत ची सकाळची शाळा. ती आटपुन दुपारी घरी यायचा. दुपारी जेवण करायला बाई यायची त्याचे जेवण झाली की सगळे आवरून जायची.

दुपारी 3 ते 5 तो एकटाच असायचा. दररोज 5 वाजता ग्राउंड वर खेळायला जायचा. खेळून 7 वाजता यायचा तोपर्यंत आई आलेली असायची. रात्री अभ्यास जेवण करून झोपून जायचा.

सगळे छान आणि सुरळीत सुरू असताना एके दिवशी दुपारी त्याला एकटे थांबायची भीती वाटली.

नको वाटले त्याला एकटे थांबायला.

एकटे असताना घरी कोणीतरी येईल आपल्याला काहीतरी करेल अशी त्याला भीती वाटली. त्याच्या छातीत धडधड व्हायची आणि त्याच्या मनात सारखे भित्रेपणाचे विचार यायला लागले.

ती भीती दिवसेंदिवस वाढत गेली आणि त्या भीती चे रूपांतर नंतर एका भयगंडात झाले.

हे सगळे त्याच्या आई बाबांना कळल्यावर या भीती वर उपाय करण्यासाठी त्यांना समुपदेशनाची गरज पडली.

आणि योग्य समुपदेशनामुळे निशांत यातून पूर्णपणे बरा झाला.

आता यामध्ये एक गोष्ट नक्की होती की, निशांत ची भीती जी त्याच्या मनात निर्माण झाली होती त्याचा समूळ नाश करणे आवश्यक होते.

आता आपण शोधुयात की भीती निर्माण का होते?

खरेतर भीती हि एक संकल्पना आहे जी वेगवेगळ्या कारणाने निर्माण होत असते.

ह्यात माणसाच्या मानसिकता अर्थात मनाचे विचार यांचा अभूतपूर्व सहभाग असतो.

आपण असे म्हणूयात की, एखादी व्यक्ती, प्रसंग, घटना, किंवा वस्तू यातील कशाबद्दल ही भीती वाटू शकते.

भीती लवकरात लवकर नष्ट करणे सगळ्यात महत्वाचे!

कशी करता येईल हे पण बघुयात!

1. भीतीला ओळखा. भीती कशाची वाटते हे जाणून घेणे फार महत्त्वाचे. हे ओळखल्यावर सर्वात प्रथम या भीतीचे मूळ शोधून काढणे गरजेचे. ह्या मुळाशी आपल्याला एक विचार नक्की सापडतो जो या भीतीचे कारण बनलेला .

2. भीतीला मान्य करा. यातून तुम्हाला हे जाणवेल की आपण भीतीला कश्यापद्धतीने स्वीकारून नष्ट करण्यासाठी काय केले पाहिजे.

3. भावनांवर संयम मिळवणे आवश्यक. ही सगळ्यात मोठी गोष्ट. कारण हीच पद्धत योग्य पध्दतीने भीतीवर नियंत्रण मिळवण्यासाठी सर्वात योग्य ठरते. लहान मुलांना वाटणाऱ्या भीतीमध्ये त्यांना बरे करण्यासाठी पालकांचा आणि समुपदेशकांचा मोठा रोल असतो.

समुपदेशक CBT चा येथे उपयोग करतात.

4. मेडीटेशन करून स्वतःला संयमित करणे हे फारच उत्तम. मेडीटेशन करताना आपण जेवढे एकाग्र होऊ तेवढे आपल्याला भीती या संकल्पनेतून बाहेर पडायला मदत होईल.

5. स्वतःमधील कौशल्ये ओळखून त्यात वृद्धी करत राहणे. यामुळे परिस्थिती हाताळण्यासाठी जो आवश्यक आत्मविश्वास लागतो तो निर्माण होतो.

चला तर मग आपल्या मनातील दडलेल्या भितींना ओळखूयात आणि त्यांना पूर्णपणे नष्ट करूयात नाहीतर या भीतीचे रूपांतर एका मोठ्या राक्षसात व्हायला वेळ लागणार नाही.

काळजी करू नका. काळजी घ्या!

16

सुनो रे अपने अंतर्मन की:-

आपल्या विचारांवर, कृतीवर, वागण्यावर आणि बोलण्यावर सगळ्यात प्रभाव असतो तो म्हणजे आपल्या मनाचा. अर्थात मनाला पण कप्पे हे असतात जे आपण निर्माण केलेले असतात.

ह्या माझ्या प्रायोरिटी, तर ह्या दुय्यम असेच काहीसे.

त्यातही सगळ्यात जागृत असते ते आपले अंतर्मन. आपण काय केले काय नाही, काय करायला हवे- कसे वागावे हे आपले अंतर्मन खूप चांगल्या प्रकारे ओळखून असते. वेळोवेळी ते अपल्याला त्याबद्दल जागरूक ठेवते आणि आपल्याला काही गोष्टी करण्यास उद्युक्त सुद्धा करते.

तर हे अंतर्मन म्हणजे आपल्या मनाचा आवाज!

मनुष्य मग तो स्त्री असो किंवा पुरुष आपल्या आयुष्यात कुठेतरी कधीतरी प्रसंगानुरूप वागत असतो ज्यात कधी खरेपणा असतो आणि कधी तर खोटेपणा सुद्धा असतो. कोणाची कधी ती वृत्ती असते तर कोणाची त्या क्षणाची गरज!

माणूस जगाला फसवू शकतो पण आपल्या मनाला फसवू शकत नाही. त्याला त्याचे हे अंतर्मन हे कायम आवाज देऊन सांगत असते की हे योग्य आहे आणि ते अयोग्य आहे.

मनाचा आवाज, मनाचा कल हा कधीच चुकू शकत नाही असे माझे ठाम मत आहे. त्याचा आवाज हा आपल्याला चुकीचा मार्ग हा कधीच दाखवणार नाही.

आपण बरेचदा हे करू की ते , हे योग्य की ते, अगदी वस्तू खरेदी करताना ही चांगली का ती, यात गोंधळून जात असतो मग आपल्या मदतीला धावून येते ते आपले अंतर्मन!

मनाचा कल हा खूप महत्त्वाचा असतो. बाहेरून आपण खूप काही दाखवू शकतो की हे मला पटले वगैरे पण प्रत्यक्षात जोपर्यंत आपले अंतर्मन आपल्याला त्याचा कल देत नाही तोवर सगळे यांत्रिक रित्या घडत असते. कृती ही सुरू असते पण समाधान कुठेच नसते.

मनाचं समाधान, त्याचा आनंद हा खूप महत्त्वाचा घटक आहे आपले जीवन जगण्यासाठी त्याचप्रमाणे आपल्या जवळच्यांना आनंदी ठेवण्यासाठी. आनंद हा कधीच कृत्रिम नसावा

तर तो असावा खोलवरच्या आपल्या अंतर्मनापासून उगम पावणारा जो आपल्या चेहऱ्यावर, आपल्या हालचालींवर आणि वागण्यावर दिसून येतो.

आपण झोपतो पण आपले हे मन जागेच असते म्हणून तर आपल्याला स्वप्न पडतात. बरेचदा त्या आपल्या दिवसभराच्या कामाप्रमाणे असतात तर बरेचदा आपल्या विचारांवर असतात.

विचार हे उगम पावतात आपल्या इच्छांमुळे, तर बरेचदा आपल्या भीती आणि काळज्यांमुळे पण तरीही आपले अंतर्मन लगेच आपल्याला जागे करून वास्तवात आणते.

जे तुम्हाला चूकींच्या मार्गाला जाऊ देत नाही ते अंतर्मन!

जे तुम्हाला खरा आनंद कशात आहे याची जाणीव करून देते ते अंतर्मन!

जे भरभरून प्रेम करायला शिकवते ते अंतर्मन!

आपले कोण आणि परके कोण याची जाणीव करून देते ते अंतर्मन!

धोक्याची सूचना देऊन वेळीच सावध करते ते अंतर्मन!

कृत्रिम आणि योग्य यातील फरक शिकवते ते अंतर्मन!

आपल्या आयुष्य जगण्याचा, त्यातील कृतींचा, समजण्याचा आणि समजून घेण्याचा या सगळ्याचा महत्वाचा कर्ता आहे हे आपले अंतर्मन!

अशा या आपल्या अविभाज्य घटकाला आपण कधीही दबून राहायला किंवा कमी लेखायला नको. त्याचे जे महत्व आहे ते त्याला दिलेच पाहिजे.

माणसाचा कारक हे अंतर्मन. मनुष्याचा अस्तित्वाचा शिल्पकार हे मन, तर मनुष्याचा त्याच्यातल्या चांगुलपणाचा शिल्पकार हा त्याचा आतला आवाज असतो.

"दिल का डॉक्टर" सुद्धा मनच! त्याला निवड शिकवणारे हे सुद्धा अंतर्मनच! म्हणून तर आपण म्हणतो ना सुनो, अपने अंतर्मन की....!

17

परिस्थिती शी जुळवून घेण्याची कला :-

कला किती अर्थपूर्ण शब्द आहे ना.

कला याही खूप वेगवेगळ्या आहेत असे नाही का वाटत?

चित्रकला, पेंटिंगस, रांगोळी, गाणे गाणं, बोलणे, वक्तृत्व करणे, लिहिणे, ऍक्टिंग करणे, वेशभूषा म्हणा, मेकअप म्हणा, धावणे किंवा कोणताही गेम म्हणा या सगळ्या कलाच आहे ज्यात अनेकांचे प्राविण्य आहे.

एखाद्याला मोलभाव करण्याची सवय असते तर ती त्याची कलाच नाही का?

आज मी एक वेगळी कला ज्याबद्दल इथे बोलणार आहे ती म्हणजे "परिस्थिती शी जुळवून घेण्याची कला!"

आहे ना इंटरेस्टिंग?

खरं तर ही कला सगळ्यात कठीण पण आहे आहे आणि म्हणले तर सोपी सुद्धा!

कधी आपण आनंदाने जुळवून घेतो तर कधी परिस्थिती च अशी असते की पर्याय राहत नाही. मग त्याची सवय सुद्धा होते.

एखादी व्यक्तीच मुळात खूप समजूतदार असते आणि तिच्या नकळत ती सगळ्यांचे ऐकण्यात त्यांच्या मनाप्रमाणे करण्यात इतकी समरस होऊन जाते की तिला जुळवून घेण्याची सवय लागते आणि तेही नकळत. प्रत्येक गोष्ट चांगली असतेच पण त्याला दुसरी बाजू पण असते आणि ती म्हणजे मग अशा व्यक्तीला सगळे ग्रँटेड पकडतात हे त्याचे दुर्दैव नाही का?

किमया एक खूप लाडात वाढलेली एकुलती एक मुलगी जिला मनात काहीआले आणि त्याला शब्द फुटले की लगेच तिच्या हातात ते आलेच समजायचे. त्यामुळे त्या झालेल्या अति लाडात ती हेकट बनली आणि सेल्फ सेंटर!

परिस्थिती प्रत्येकवेळी सारखीच असते असे नाही ना. तिच्या आयुष्यात एक मुलगा आला जो तिला खूप आवडला..फार काही विचार न करता ती प्रेमात पडली.

तिने हट्टाने मोठ्या फॅमिलीत असलेल्या त्याच्याशी लग्न करायचे ठरवले. तिला खूप समजावले की तू नीट विचार करून ठरव पण तिने ऐकले नाही आणि लग्नाचा निर्णय घेतला.

पण काहीच दिवसात तिचे तिथले तंत्र बिघडले. जिथे तिला तिचा शब्द समोरचा झेलेल अशी सवय होती तिथे या मोठ्या फॅमिलीत जवाबदारी आली आणि तिला वाटायला लागले की आपल्याकडे दुर्लक्ष होते आहे. तिच्या नवऱ्याने तिला खूप समजवले की थोडा वेळ लागेल होईल सगळे नीट थोडे तू जुळवून घे, थोडेबाकी लोक घेतील मग सगळेच आनंदी राहू शकू, पण तिला हे पचनीच पडेना आणि मग सगळे बिनसले.

आता हेच बघा या ठिकाणी तिला थोडे जर जुळवून घेता आले असते, तिने थोडा प्रयत्न केला असता तर सगळे नीट होऊ शकले नसते का?

तेच नित्या तिची मैत्रीण, तिच्या बाबतीत खूप वेगळे घडत होते. प्रत्येकाला सगळेच लगेच मनासारखं मिळते असे नाही तर बरेचदा ते घडवून आणावे लागते आणि तेही प्रेमाने. तिला सुद्धा लग्नानंतर ऑफिस, घरकाम,जवाबदारी,घरातील लोक यांचे

करणे खूप कठीण जात होते पण न घाबरता तिने प्रयत्न करायचे ठरवले. आपल्या मनासारखा जोडीदार मिळाला या एका गोष्टी खातीर तिने हळू हळू त्याच्याच मदतीने काही नवीन प्रयोग केले, तर काही सगळ्यांचे ऐकले आणि गणित जुळवत सगळं रूळावर आणले. ती जुळवून घेत आहे हे बघून इतरांनीही तिला मदत केली आणि त्यांनीही तिच्या शी जुळवून घेतले त्यामुळे जे फलित आले ते आनंददायी!

कधीतरी कोणी असेही असते की जे फक्त एकमेकांवरील प्रेम या एका भावनेपोटी काहीही करायला तयार असतात आणि मग ते मिळते आहे या समाधनापोटी खूप काही पणाला लावत, तडजोड

करत परिस्थिती सोबत जुळवून घेतात. याचे कारण म्हणजे आनंद मिळवायचा आणि दुसरे म्हणजे गमावण्याची भीती. आजूबाजूची वेळ, परिस्थिती नकळत जुळवून घ्यायला शिकवतेच कारण कधी पर्याय नाही तर कधी त्यातून मिळणारा आनंद.

खरे तर प्रत्येक जण कुठे ना कुठे काही न काहीतरी जुळवून घेतच असते. आता हेच बघा ना रक्ताच्या नात्यात सुद्धा आपण आई वडील, भावंडे, आपली मुलं, घर, परिस्थिती यांच्याशी जुळवून घेतोच ना! कधी नाती सांभाळायला तर कधी वेळ सांभाळायला. कधी मन सांभाळायला तर कधी मनातली गोष्ट मिळवायला.

मित्र असो की मैत्रीण, ऑफिस असो की घर,खेळमैदान असो की अजून काही, आयुष्याची घडी बसवायला जुळवून तर घ्यावेच लागते.

आपला बॉस हा आपला वार्षिक रिपोर्ट मॅनेजमेंट ला देतो ज्यावर इनक्रिमेंट ठरते मग आलेच ना त्याच्याशी जुळवून घेणे!

आपला कलीग जो कधी पडत्या वेळी आपल्याला सांभाळून घेतो, आपले काम शेअर करतो मग त्याचे ही करून सांभाळून देणे घेणे हे पण आलेच की परिस्थिती शी जुळवून घेणे.

कधी आपण करतो तर कधी समोरचा, कधी वेळ ठरवते तर कधी परिस्थिती ज्यात समजून घेणे, समजावून सांगणे, संभाळून घेणे आलेच...यालाच तर म्हणतात आयुष्य चक्र!

या चक्रात आपण एकटे कधीच नसतो मग जर यात आणखी विविध स्वभावाचे लोक एकत्र आले की सोबत पुढे जाताना एकमेकांशी आणि परिस्थितीशी जुळवून घेणे अपरिहार्य आहे आणि गरजेचे सुद्धा कारण ते केल्यानेच आपण जगणे यासाठी ची लढाई लढू शकतो. मिळालेले लोकांचे प्रेम टिकवु शकतो! ही कला ज्याला जमली, ज्याने आत्मसात केली, तो नक्कीच टिकला आणि जिंकला.

परिस्थितीशी जुळवून घेण्याची ही कला जर जमली तर मिळालेले आनंदाने उपभोगता येईल मग ते पर्सनल असो की प्रोफेशनल यश हे तुमचेच हे नक्की.

18

आनंद :-

हा आनंद म्हणजे कोणी 'आनंद ' नावाचा मुलगा नाही बरं का!

आनंद म्हणजे तो जो चेहऱ्यावर दिसतो! कधी तेजाच्या रूपाने, कधी गुलाबी गालांनी, कधी हसण्याचा हावभावांनी तर कधी गाणं गुणगुणणाऱ्या मिश्किल शब्दांनी!

हा आनंद म्हणजे कोणी आपला शेजारी नाही की नातेवाईक नाही, तो जो कोणी आहे तो फक्त आपला (स्वतःचा) आहे ...हक्काचा!

आनंद ही सगळ्यात सकारात्मक भावना! प्रत्येक दिवस,प्रत्येक क्षण आपले मन हे कोणत्या ना कोणत्या भावनेत, विचारात गुंतलेलं असतेच. कधी व्ययसायिक जबाबदारी म्हणून त्या रूपाने तर कधी सांसारिक विचार या रूपाने तर कोणाच्या भावनिक गुंतवणुकीने.

माझ्या सगळ्या कार्याचा केंद्रबिंदू हे मन असल्यामुळे माझे विचार, माझे मत, माझी सजेशन्स सगळे फिरते ते माणसाच्या मन या विषयाभोवतीच.

मन हे फक्त माणसालाच नाही तर प्रत्येक सजीवाला असते पण जे व्यक्त होते किंवा ज्याला किंमत दिली जाते ते फक्त मनुष्याच्या.

तर मी म्हणत होतो की मन आणि आनंद हे सख्खे सोबती.

कोणतीही परिस्थिती आपल्या मनाजोगी असेल तर व्यक्त होते ती भावना म्हणजे आनंद!

कोणतीही व्यक्ती जी आपल्याला प्रिय आहे तिची सोबत असेल तर होतो तो आनंद!

कोणतीही इच्छा पूर्ण झाली की मिळतो आनंद!

म्हणजे सगळ्यात सुखावह असे ह्या आयुष्यात आहे ते म्हणजे आपला आनंद!

जर मन आनंदात असेल तर मनाचेच काय तर शरीराचे पण विकार दूर पळतात. विकार दूर पळाले की मिळते ते सुदृढ आयुष्य, निरोगी शरीर आणि सशक्त विचार.

आयुर्वेद असो, होमिओपॅथी असो अथवा अलोपॅथी सगळ्यात कॉमन आहे ते औषध म्हणजे आनंद जे बिना पैशाचे बिना प्रिस्क्रिप्शन चे आणि कोणत्याही वेळी मिळू शकते.

कोणाचा आनंद वस्तूत आहे तर कोणाचा वास्तूत आहे.

कोणाचा फिरण्यात, कोणाचा खाण्यात तर कोणाचा गाण्यात आहे आणि कोणाचा एखाद्या व्यक्तीत सुद्धा आहे.

ज्याचा त्याचा स्वतंत्र असा एक क्रायटेरिया असतो, पण मी म्हणेन की तो त्याने जपणे महत्वाचे असते...

मन, शरीर,आप्त, समाज,किंवा सबंधी सगळे खुश असतील आनंदात असतील तर जगात कोणतेच प्रश्न किंवा प्रॉब्लेम राहणार नाहीत..

आता वैयक्तिक म्हणाल तर हा आनंद व्यक्त करायची पद्धत पण खूप छान असते. कोणी पोट धरून धरून मोठ्याने हसते, तर कोणी किंचित (कंजूष सारखे) स्माईल देतात.

कोणी गाणी गुणगुणायला लागतात् आणि मग ओठावर विलसते ते मधुर हास्य!

कोणी लगेच गाडी काढून फिरायला निघतात तर कोणाचा पटकन चेहरा खुलून तेजस्वी दिसतो आणि गोड गुलाबी गाल दिसायला लागतात.

असो, कोणाची काहीही तऱ्हा काहीही असू देत पण महत्वाचे हे की आयुष्याचा अंगीभूत आनंद खूप महत्वाचा आहे.

त्याला जपा,स्वतःजवळ घट्ट धरून ठेवा.

त्याला सख्खामित्र, सोबती आपला जवळचा शेजारी बनवा म्हणजे शाररिक असो मानसिक विकार हे दूर पळून जातील आणि मिळेल ते सुखी, समृद्धी आणि निरोगी आयुष्य.

हे निरोगी मन आणि सशक्त आयुष्य हीच खरी आयुष्याची संपत्ती आहे जी कायम सोबत असते आणि आपले नाव जिवंत ठेवते.

हा देह जो नश्वर आहे तो विलीन झाला तरी कायम राहते ते नाव.

चला तर मग आनंदी राहून, स्वतःचे नाव कायमस्वरूपी चिरंतन करूयात आणि या आयुष्याचा खरा अर्थ उमगूयात!

पटतंय ना!

19

आत्महत्या थांबवूयात का? :-

आजकाल एकही दिवस असा जात नाही की पेपर मध्ये कोणीतरी 'आत्महत्या केली' अशी बातमी नसते.

आत्महत्या म्हणजे स्वतःची, शरीराची, आत्म्याची हत्या! पण आत्मा तर अमर असतो असे म्हणतात , मग आपण हत्या करतो ती कोणाची?

माणूस मेल्यावर शरीर तर राख होते पण त्याच्या बरोबर जोडल्या गेलेल्या भावना त्यांचे काय होत असेल?

भावना जर शरीराला चिकटलेल्या असतील तर त्या पण राख होतील पण नसतील तर त्या कुठे जात असतील.

एखाद्या नैसर्गिक मृत्यू आणि एखादी आत्महत्या यात मृत्यू हाच जरी शेवट असला तरी भावना नक्की वेगळ्या स्तरावरील असतील नाही का !

हा खूप सेन्सिटिव्ह विषय तर आहेच पण तितकाच महत्वाचा. मनुष्य हा आपल्या मनाचा बांधील आहे, मन हे त्याला जडलेल्या विकारांचे म्हणजेच विचारांच्या अधीन आहे.

मनाला जे काही पटत नाही, जेव्हा त्याच्या कलाने काही होत नाही तेव्हा येते ते नैराश्य आणि मग सुरू होतो तो चुकीच्या विचारांचा प्रवाह. या प्रवाहासोबत माणूस भरकटत जातो आणि येणारा प्रत्येक नकारात्मक विचार त्याला स्वतःबद्दल हीन भावना देत जातो. या सगळ्याची परिणीती होते ती म्हणजे काही नैराश्यावादी विचार जसे

"माझं आयुष्य सुखी नाही"

"मला काही जमत नाही"

"मी दुर्दैवी आहे"

"मी का जगतो आहे"

"मी कोणाला नको आहे"

"मला जगायचे नाही"

"मला मरायचे आहे"

अश्या प्रकारच्या अनेक विकारी विचारांमध्ये माणूस गुरफटून जातो.

मग सुरू होतात स्वतःला जगायचे का नाही यासाठी कारणे शोधणे आणि ते स्वतःला पटवून देणे.

हे सगळे चक्र आहे ज्यात माणूस स्वतःच्या विचारांना योग्य संयमात ठेऊ शकत नाही आणि चुकीच्या भावनेत गुंतत जातो.

ही असते एक दलदल ज्यात तो रुतत जातो आणि ती दलदल त्याला गिळण्यासाठी टपुनच असते.

आत्महत्या करायचा विचार मनात आला की व्यक्ती मार्ग शोधायला लागतात पण खरंच इतके सोपे आहे का ते? आणि त्याही पलीकडे खरंच हे गरजेचे आणि महत्वाचे आहे का?

व्यक्ती एकटा कधीच मरत नसतो हे समजून घेणे खूप आवश्यक आहे. त्या व्यक्तीला प्रत्यक्ष किंवा अप्रत्यक्षपणे खूप लोक जोडून असतात त्यांचे काय?

एक तर जन्म आणि मृत्यू हा माणसाच्या हातात नाहीच हे एक अटळ सत्य आहे.

ज्याची वेळ आली त्याला जसे थांबवता येत नाही तसेच ज्याची वेळ आलीच नाही त्याला जायची परवानगी त्या सृष्टीनिर्मात्याने दिलीच नाही आहे.

त्या जबरदस्तीच्या प्रयत्नात एक जबरदस्त हानी होऊ शकते ती म्हणजे अपंगत्व!

अपंगत्व हे फक्त शरीरालाच नाही तर मनाला सुध्दा येते हा पण विचार करायला हवा.

मग असे अपंगत्व घेऊन जगणे अजिबातच समाधानकारक अथवा सुसह्य नक्कीच नाही.

मरणारा मेला तरी त्याच्या नातेवाईकांचे काय होत असेल हा पण विचार करायलाच हवा, कारण अश्या त्याच्या वागण्याने तो किती त्रास देत असेल ह्याची कल्पना करणे सुध्दा शक्य नाही.

बरेच जण म्हणतात, "आत्महत्या कोणाला करावीशी वाटत नसते पण परिस्थिती ते करायला भाग पाडते."

आपल्या प्रत्येकाला काही रक्ताची नाती असतात, काही प्रेमाची असतात, काही मैत्रीची तर काही इतर आप्त स्वकीयांची! अश्या केलेल्या आत्महत्येने त्यांच्या अपेक्षांचा, भावनांचा अप्रत्यक्षपणे हा खूनच केला नाही का!

खरंतर जी परिस्थिती आहे त्याचा नीट विचार केला, मार्ग शोधला तर नक्कीच उपाय मिळेल फक्त तो शोधायची तयारी असली पाहिजे तर सगळेच चांगले शक्य असेल, योग्य असेल.

कोणताही असा प्रॉब्लेम नाही की ज्याला सोल्युशन नाही, शोधला तर मार्ग हा निघतोच हे नक्की.

जगात कुठलीच समस्या नाही की जर प्रयत्न केले तर ती सुटणार नाही. कळत, नकळत आपल्यावर जवाबदारी असते ती आपल्या याच सगळ्या आप्तांची, नातेवाईकांची आणि मित्रांची!

मी कायम म्हणतो की जगात दोन मार्ग असतात एक असतो,

"उसमे भाग लो" आणि दुसरा असतो तो म्हणजे "उससे भाग लो".

उससे भाग लेना खूप सोपे आहे, कारण तो पळपुटेपणा झाला पण खरी मजा आहे त्यात भाग घेण्यात, समस्यांशी लढण्यात आणि विजय मिळवण्यात!

एकदा आपला पूर्ण कस लावून प्रयत्न करून बघा, नक्कीच यशस्वीपणे तुम्ही प्रॉब्लेम पार केला असेल.

आत्महत्या हा निवडलेला योग्य मार्ग नाही हे नक्की, तो पूर्णपणे बेजबाबदार आणि पळपुटेपणा असणारा मार्ग असतो. हा रस्ता पूर्णपणे बंद करायला हवा.

जिथे श्रद्धा आहे तिथे विश्वास ठेवा आणि डोळे मिटून स्वतःला त्या शक्तीच्या स्वाधीन करा बघा नक्कीच मार्ग सापडलेला असेल.

विचारांना सक्षम बनवलेले पाहिजे.

जेवढे सक्षम विचार तेवढी योग्य जगण्याची वृत्ती.

जीवन जगून तर बघा, आयुष्य अनुभवून तर पहा.

सगळे मनापासून सुरू होते आणि मनापर्यंत येऊन थांबते मग या मनालाच आपण स्ट्रॉंग बनऊयात. मनाला हेल्दी बनवूयात आणि आत्महत्या थांबवूयात.

20

शब्दरूपी जादू:-

"नमू, ऐक ना मला तुझ्याशी बोलायचं आहे"

"मला वेळ नाही, जा तू आता... मी कामात आहे"

"ऐक ना गं नमू, खूप महत्वाचे आहे"

"समजत नाही का तुला किती वेळ सांगू ते की मी कामात आहे" चिडून ती उठून निघून गेली आणि जिव्हारी लागलेले तिचे वागणे आणि शब्द ऐकून रघु खजील मनाने मान खाली घालुन बसला.

तेवढ्यात आजी तिथे आली, तिने पाहिले की रघु शांत बसला आहे त्यावरून काहीतरी बिनसले आहे हे तिने जाणले.

"काय रे बाळा काय झाले?"

तो काहीच न बोलता तिच्याकडे बघत होता, आजी काही मदत करू शकत नाही हे त्याला माहित होते.

"रघु काय झाले? अरे बोललास तर कळेल आणि कळले तर बघू काही करता आले तर."

त्या शब्दासरशी तो जरा सावरला आणि आशेचा किरण त्याच्या नजरेत तरळला.

खरंतर, नमू कामात असेल सुद्धा पण तिने हेच बोलणे जर सौम्य शब्दात सांगितले असते तर कदाचित त्याला वाईट वाटले नसते पण शब्दातील तो विखार ज्याला जाळून गेला.

त्याचवेळीच मदत करू शकत नाही असे असले तरी आजीचे आश्वासक शब्द त्याच्या मनाला आल्हाददायक वाटले आणि तो सावरला.

बघा खेळ हा शब्दाचा पण किती परस्पर विरोधी!

"आई , आई" लहान मुलाने मारलेली हाक! आई ही जोडलेली नाळ पण शब्दरूपी नावं!

शब्दाचा उपयोग जसा करू तसे त्याचे अर्थ निघतात आणि तसेच त्याची गोडीही वाढते. व्यक्त होण्याला जोड लागते ती शब्दांचीच!

शब्द आणि त्याला दिलेली बिरुदे! नात्याला दिलेलं नाव मग आई, बाबा, काका, मामा, दादा, ताई, मित्र, मैत्रीण, हे सगळे नाते ते एक शब्दच.

मनुष्य हा एकच जन्म ज्याला वाचा दिली आणि बोलण्याची कला मिळाली. प्रत्येकाला एक भाषा आहे जी प्रांत, देश, याप्रमाणे बदलते.

जगरहाटी मध्ये प्रत्येक व्यक्ती हा एकमेकांशी बांधला आहे मग ती नाती असो अथवा नसो.

ओळखीचा असो अथवा अनोळखी पण बोलायचे म्हणले की भाषाही आलीच आणि भाषा ही बनते शब्दाने.

बघा शब्द किती महत्वाचे.

'माझे तुझ्यावर खूप प्रेम आहे' हे जे शब्द प्रेम व्यक्त करतात...मनातील भावना व्यक्त करतात.

तर 'मला तू अजिबात आवडत नाहीस' हे सुद्धा शब्दच,पण ते व्यक्त करतात तो राग.

कवी मन व्यक्त होते ते शब्दात!

लेखक त्याची कथा,त्याची कल्पना व्यक्त करतो ती शब्दात!

मनुष्य एकमेकांना आवाज देतो, बोलतो ते शब्दात!

एकमेकांबद्दल भावना निर्माण होतात त्या बोलल्या जातात शब्दात आणि त्या मोडल्या जातात त्यालाही कारणीभूत ठरतात ते शब्दच!

शब्द हे अमृत आणि शब्द हेच विष सुद्धा!

व्यक्तीला जोडायला लागतात तेही शब्दच!

लक्षात आले का की आपल्या जगण्याच्या प्रत्येक ठिकाणी शब्द हे किती महत्वाचा रोल निभावतात.

शब्द हेच खरे जादूगार असतात...एक जादुई दुनियेत घेऊन जाण्यासाठी!

शब्दाने बनवतो आणि शब्दाने बिघडवतो, त्यामुळे ही शब्दरूपी जादू कशी वापरायची ते मात्र आपल्या हातात आहे हे नक्की.

ऑफिस असो, घर असो, नातेसंबंध असो अथवा शेजार असो तिथे जे बंध निर्माण होतात किंवा करतो त्या मागची किमया ही शब्दाची.

कितीही कठीण काम असो किंवा समोर कर्मठ व्यक्ती असो ज्या पद्धतीने तुम्ही बोलता, शब्दातील जादू पेरता तेच ठरवते तुमचे काम होईल की नाही.

शब्दातील आर्जव,नम्रता, ही तुम्हाला यशाच्या शिखरावर नेते तर शिखरावरच्या एखाद्याला एका झटक्यासारशी खाली पाडते.

आपण म्हणतो ना तो बघ किती छान बोलतो, तर एखाद्याला बघ तो किती उद्धट आहे ही लेबल्स जोडली जातात.. त्याला सोबत ही त्याच्या वागण्याची आणि बोलण्यातील शब्दाचीच.

शब्द हे मनाच्या जखमेचे मलम आहे.

आज आपण बरेच ठिकाणी बघतो की हे शब्दच अनेक मनाचे आणि तसेच शरीराचे आजार बरे करतात.

ज्याला या शब्दांबरोबर योग्य पध्दतीने खेळता येते तो खरा जादूगार!

त्याच्या शब्दाच्या जादूनेच नवीन जीवन प्रदान करतो. मनाच्या किल्मिषाला दूर फेकून जगण्याचा खरा मार्ग दाखवतो आणि आनंद, सुख आणि यश काय यासते याची खरी परिभाषा लक्षात आणून देतो.

21
अपेक्षा आणि वास्तविकता

माझ्या कडे अलीकडेच एक मुलगी तिच्या समुपदेशनासाठी येऊन गेली. तिला हवे होते लग्नापूर्वीचे समुपदेशन.

खरं तर तिचं लव मॅरेज होते, त्यामुळे ते दोघे एकमेकांना मित्र मैत्रिणी या नात्याने खूप चांगले ओळखत होते पण जेव्हा लग्न हा विषय आला तेव्हा सगळे बदलून गेले.

फॅमिली इनव्हॉल्व्ह झाली मग अगदी टिपिकल मीटिंग ज्यात आम्हाला, या अपेक्षा आहेत, आम्हाला त्या अपेक्षा आहेत वगैरे बोलणे झाले आणि ती टेन्शन मध्ये आली. त्या वेळी त्या मुलाने सुद्धा घरच्यांचा स्टॅंड बरोबर म्हणत त्याला त्याच्या बायकोकडून असलेल्या अपेक्षा त्याने सांगितल्या त्यामुळे तिला नितांत गरज भासली ती समुपदेशनाची.

यावरून एक मात्र लक्षात आले की या जगात "अपेक्षा" हा खूप मोठा विषय आहे पण त्यामागून येणारी "वास्तविकता" याचा लोक विचार करतच नाहीत.

आता बघा, सगळ्यात जास्ती अपेक्षा या नात्यात! मुलगा- आईवडील, नवरा बायको, भाऊबहिण, सून-सासरचे लोक असेच काही. पण या सोबत हवी ती समजून घेण्याची गरज आणि मदतीची तयारी.

पण हे फार कमी ठिकाणी हे बघायला मिळते आणि वास्तविक पणे असावे हे तेवढेच नक्की.

एखाद्याला अपेक्षा असते की मी खूप काम करतो तर मला प्रमोशन मिळावे पण वास्तविक पाहता ते काम त्या क्वालिटी चे असणे गरजेचे नाही का?

आता आणखी एक बघा, कुटुंबात प्रत्येकाचे नाते वेगळे असते आणि त्या सोबत जोडलेल्या असतात त्या त्या अपेक्षा.

मुलगा म्हणून आईवडील म्हणतात की आमचे ऐकावे तर त्याच्या मुलांना आणि बायकोला वाटते आपले पण ऐकावे.

दोन्हीकडे सगळ्यांच्या मनासारखे होईल का? खरंतर दोन्ही बॅलन्स सांभाळताना जे वास्तविक जमेल तेच व्यक्ती करू शकेल.

स्त्री म्हणले की तिच्या जवाबदारी ह्या फार वेगळ्या.

आई म्हणून हक्काने तिच्या कडून करून घ्यायचे तर मुलगी/सून म्हणून तिने इतर जवाबदऱ्या पार पाडायच्या. पण हे सगळं करत असताना ती स्त्री आहे म्हणून तिच्याकडे ही कॅपसिटी ही असतेच असे मानायचे...हे तिला गृहीत पकडणे नाही का?

मनुष्य जन्मात मनुष्याचे सगळ्यात जास्ती मरण होते ते अपेक्षा च्या ओझ्याखाली दबून.

आणि असे होऊन द्यायचे नसेल तर आपण या सगळ्यात आपला आनंद कुठे हे पहिले शोधावे आणि मग प्रयत्न करावा इतरांना खुश ठेवण्यासाठी म्हणजेच त्यांच्या अपेक्षांना सामोरे जाण्यासाठी.

आपल्या मुलांना त्यांच्या भविष्याची जाणीव करून देणे हे महत्वाचे आहे पण त्याने अमुक बनावे किंवा तीच फिल्ड घ्यावी ही अपेक्षा चुकीची. त्याची आवड काय त्यातून काम करताना मिळणारा आनंद ही त्याची वास्तविकता सुद्धा बघणे आवश्यक.

मुलगी आहे म्हणून तू ऑफिस जॉब कर, फिल्ड जॉब नको हे सांगणे म्हणजे आपली अपेक्षा लादणे नाही का?

याउलट तिची कुवत असेल तर तिला योग्य तो सपोर्ट करणे ही असेल वास्तविक मदत.

मला हे गिफ्ट हवे अशी अपेक्षा धरून बसण्यापेक्षा समोरच्याने त्याच्या आवडीने आनंदाने काही आणले त्यात आपला आनंद मानणे ही वास्तविकता असते,, कारण ते आणण्यामागे त्याचे असलेले प्रेम हे सगळ्यात महत्वाचे.

प्रत्येकाला मोकळा श्वास घ्यायला आवडतो हे तर नक्की मग स्वतः पण घ्या आणि दुसऱ्याला पण घेऊ द्या आणि मग बघा तुमच्या आजूबाजूला किती आनंद दिसेल.

मग त्या आनंदाच्या भरात तुमच्या योग्य असलेल्या अपेक्षा ह्या नकळत पूर्ण होतील ज्याचे ओझे हे कुणालाही जाणवणार नाही.

प्रेम,आनंद, ईच्छा ह्या सगळ्या एकाच नाण्याच्या बाजू असतात. तीन बाजू कश्या?

तर नीट बघा आनंद हे नाणे असेल आणि प्रेम आणि ईच्छा ह्या दोन बाजू असतील! कोणताही डाव पडला तरी पदरी आनंद हा आहेच.

मी अनेक लोकांना भेटतो आहे की ज्यांना स्वतःला काय हवे हे नक्की कळत नाही आणि मग त्या नादात ते दुसऱ्याला हे असे कर आणि ते तसे कर म्हणून बोलतात. यांनाच खरी गरज असते ती योग्य मार्गदर्शनाची.

मनावरती काम करत असल्यामुळे प्रत्येक विषयाला दोन बाजू असतात हे मला पक्के ठाऊक आहे आणि तेच मी तुम्हाला सांगेन, मनस्वी जगण्याचा हक्क हा सगळ्यांना आहे मग आपण का तो दुसऱ्याला माझ्याप्रमाणे जग या विचारात लादायचा?

तू ही जग आणि मला ही जगू दे हे सगळ्यात उत्तम.

अपेक्षांनी जगणे हे त्रासदायक पण वास्तववादी दृष्टीकोन ठेऊन सहज सुंदर आयुष्य जगणे हेच या जीवनाचे प्रभावी आणि तेजस्वी रूप असू शकते!

22

शिक्षण आणि संस्कार:-

अंगात धड कपडे सुद्धा नसलेला तो शाळेजवळच्या रस्त्याने आसुसलेल्या नजरेने मुलांकडे बघत फिरत होता. त्याला बघून इतर मुले चिडवत होती, थोडा खजील झालेला तो तिथून लांब एक झाडाजवळ खाली बसला.

हातातल्या काडीने मातीत काही रेघोट्या मारत असताना बाजूला चालत जाणाऱ्या बाईने, तो मुलगा खूप तल्लीन होऊन काय करत आहे या कुतूहलापोटी बघितले, तर तो मुलगा त्या जमिनीवर रेषा मारत होता.

तो ओढत असलेल्या रेषा सरळ, आडव्या, उभ्या अशा प्रकारच्या होत्या. त्यात एक वेगळी सुबकता होती, तिने हळूच त्याच्या खांद्यावर हात ठेवला तसं दचकून त्याने वर पाहिले.

"काय रे हे काय करत आहेस?" तिने विचारले.

घाबरून तो पळायला जाणार तसे तिने बॅगेतून एक चॉकलेट त्याच्यापुढे धरले आणि निरागसपणे तो अडखळला.

"अरे घे हे, मी तुझी काकू आहे असे समज. हे काय करत होतास?"

थोडी भीड चेपलेला तो म्हणाला" काकू मी शाळेत जात नाही पण मला शिकायचं आहे. घरी कामाला जा म्हणून आई हाकलून लावते पण मला माहित आहे की शिकताना अशा काही रेघा मारतात म्हणून मी ते करायचा प्रयत्न करत होतो."

सहानुभूती निर्माण झालेल्या त्या त्याच्या जवळ बसल्या,"कोण कोण आहे घरी?"

"बाप मेला, मी आहे आणि दोन छोट्या बहिणी. आई कामाला जाते मग मी त्यांना पाहतो. आताशी मला भी आईनं एका हॉटेलात बश्या धुवायला सांगितले आहे."

" तुला शिकायचे आहे ना?"

"हो पण पैसे नाही आणि आई म्हणते फुकट काही घायचे नाही."

"ठीक आहे तू जा आता, उद्या भेट मला आणि हो कुठे राहतो? आई केव्हा घरी असते?"

"ते पलीकडच्या गल्लीत झोपडी आहे आमची, सकाळी आई असते."

"ठीक आहे." म्हणून ती स्त्री पण गेली आणि तो मुलगा पण धावत एक हाताने चड्डी सांभाळत पळत गेला.

हातातले चॉकलेट सांभाळत खूप काही मिळाल्यासारखं घराकडे आला, पण कोण्या अनोळखी व्यक्तीने ते दिले आणि ह्याने घेतले म्हणून आईच्या हातचा त्याने मार खाल्ला.

दुसरीकडे एक सधन कुटुंबातील त्याच वयाचा मुलगा होता. घरात भरपूर लाड होत असे, जे तोंडातून निघाले ते हजर अशी स्थिती त्यामुळे तो फार बेमान हट्टी बनला होता.

मोठ्या नावाजलेल्या शाळेत तो जात असे, पण त्याला खूप विचित्र खोड होती ती म्हणजे आपली सोडून दुसऱ्याची वस्तू घ्यायची... त्याने दिली नाही तर भांडून किंवा नकळत पेन्सिल, रबर चोरायचे आणि बॅगेत टाकून घरी आणायचे.

एकदा शाळेतून त्याच्या आईला बोलावणे आले आणि सांगितले की तुमचा मुलगा चोरून इतरांच्या वस्तू घेतो तर त्याची आई शाळेत भांडून गेली आणि सांगितले की, तो चोरी करत नाही..आमची परिस्थिती खूप उत्तम आहे...असे म्हणत त्याला पाठीशी घातले जेव्हा की तिने सुद्धा अनेक वेळा त्याच्या बॅगेत दुसऱ्यांच्या त्या वस्तू पाहिल्या होत्या.

आता या दोन्ही मध्ये, कुठे शिक्षण आले आणि कुठे संस्कार आले?

शिक्षण घेतले तर संस्कार आपोआप मिळतात हा चुकीचा समज आहे.

आपल्या प्रत्येक कृतीमधून आपण लहान मुलांना संस्कार देत असतो मग गरीब असो व श्रीमंत! शिक्षित असो व अशिक्षित!

शिक्षण हे माणसाला मिळवून देतो ते लिहिणे वाचणे भाषा याचे ज्ञान होण्यासाठी... जेव्हा की आपली शिकवण ज्याला संस्कार म्हणतात ते दिले जातात हे वागण्या आणि बोलण्यामधून.

या दोन्हींचा संगम हा कारणीभूत ठरतो तो उत्कृष्ट व्यक्ती घडवण्यात.

या सृष्टीत खूप जैविक प्रजाती आहेत पण मनुष्य ह्या एकाच प्रजातीतील शिक्षण हे बाह्य रूपाने दिले जाते...

आजकाल माझ्याकडे प्रामुख्याने येणारे विषय आहेत ते मुलांचे बदलत जसणारे बिहेवीयर.

सगळं सहज रित्या मिळत गेल्याने त्याची किंमत नाही आणि मिळालेच पाहिजे हा हक्क किंवा हट्ट सुद्धा आहे.

आईवडील सुद्धा मुलांना हाउस म्हणून सगळे देतात, नको त्या गोष्टींचे कौतुक करतात मग निर्माण होणाऱ्या दुष्टचक्रात ते स्वतः अडकतात आणि मुलांचे संस्कार बिघडवतात.

फक्त चांगली शाळा, त्यांच्या कला जोपासणे, फोटो काढणे, पार्टी नाचणे म्हणजे संस्कार नाहीत तर काय योग्य अयोग्य हे दाखवणे त्याची जाणीव करून देणे, निर्णय क्षमता वाढवणे, इच्छा आणि गरज यातला फरक सांगणे, कुठे थांबायचे हे शिकवणे म्हणजे संस्कार!

छंद, कला जोपासताना वागणे बोलणे आणि शिक्षणाचे महत्व निर्माण करणे हे संस्कार!

प्रेम देणे आणि मिळवणे यासाठी आदर करणे हे समजणे म्हणजे संस्कार!

हक्क आणि हट्ट यातील फरक समजावून देणे म्हणजे संस्कार!

समजून घेणे आणि समजून सांगणे यातील ठळक फरक जाणवून देणे हे संस्कार!

वाहणाऱ्या पाण्याला किंवा वाढणाऱ्या झाडाला सुद्धा बरेचदा बाह्य आधाराने दिशा दाखवावी लागते.

कोसळणारा धबधबा सुद्धा एक लयीत कोसळत असतो त्याचप्रमाणे खोल जाणारी दरी सुद्धा एकाच दिशेने खोल जात असते. मग हे त्यांचे उपजत संस्कारच नाहीत का?

मनुष्य जन्माला आल्यावर नैसर्गिक बदल हे उपजत असतात पण त्यांच्यातील माणसाची घडवणूक करण्यासाठी सगळ्यात गरजेचे असतात ते संस्कार ज्याला जोड शिक्षणाची असेल तर म्हणतात ना "सोनेपे सुहागा".

शिक्षण आणि संस्कार या संलग्न बाजू आणि या दोन्ही बाजूंना सक्षम, सामर्थ्यवान आणि उत्कृष्ट बनवणे हेच आपले प्रमुख काम!

23

नात्यातील तणाव :-

नाते म्हणजे मधुर संबंध! मनाने जोडले असो अथवा समाजाने किंवा रक्ताने त्याची मधुरता ही न्यारीच. त्यामध्ये आनंद, एकत्र असण्याची मजा, मस्ती तर कधी नोकझोक येते, रुसवेफुगवे येतात पण ते तेवढ्यापुरते असले तरच छान. म्हणतात ना "सतत गोड पण खाऊ नये डायबिटीस होईल" तसेच नात्याचे असते थोडं आंबट,तिखट तर हवेच!

पण तणाव नकोच!

तणाव म्हणजे काय तर निर्माण झालेले अंतर,मग ते मनाचे असो किंवा विचारांचे!

तणाव हा शब्दच मुळी खूप विषारी आहे आणि कुठलेही विष हे इजाच पोचवते.

नाते हे कोणतेही असो त्याला घातक असतो तो इगो आणि हट्टीपणा. एकमेकांना समजून घेत पुढे गेले तर नक्कीच परिस्थिती सांभाळता येते आणि होणारा परिणामी हा वाईट ठरत नाही.

नितीश एक उच्चभ्रू घरातील मुलगा. शालेय शिक्षण उत्तमरीत्या पुरे केले मग झाले कॉलेज... त्यामध्ये सुद्धा प्राविण्य मिळवत तो पुढील शिक्षणासाठी परदेशी जातो म्हणाला पण हे वडिलांना काही मनाला झेपेना. एकुलता एक मुलगा जर परदेशी स्थायिक झाला तर? आपले कोण बघणार? तिथल्या मुलीशी लग्न केले तर....असे नां नां विचार त्यांना सतावत होते परिणामी ते मुलाशी अबोले झाले.

मुलाला त्यांची खरी व्यथा कळतच नव्हती, दिसत होता तर त्यांचा राग मग परिणामी तो ही इरेला पेटला की मी जाणारच. कुचंबना झाली ती आईची, इकडे मुलाला सांभाळायचे तिकडे नवऱ्याला.

घरातील वातावरण बिघडले आणि निर्माण झाला तो प्रचंड तणाव!

नेहमीचे हसते खेळते घर हे शांत शांत राहू लागले आणि भकास असे वातावरण निर्माण झाले. यावर उपाय नव्हता का?

नक्कीच होता!

तो म्हणजे आपसातील संवाद!

हो संवादच!

मी तर कायम म्हणतो की संवाद हा वादाला दूर पळवून लावू शकतो! संवाद हा सगळ्या नात्यांचा बेस आहे!

आता तुम्हीच सांगा जर वडील आणि मुलगा समोरासमोर बसून नीट बोलले असते तर, मनातील भीती बोलून दूर पळाल्या नसत्या का?

वडिलांना मुलाला नीट सांगितले असते की का तू मला जायला नको आहेस तर कदाचित मुलाने त्याना विश्वासात घेऊन त्याचे भविष्याचे प्लॅनिंग सांगितले असते. मग विचारांची देवाण घेवाण होऊन मार्ग निघाला असता, आणि निर्माण झालेला तणाव नक्कीच टाळता आला असता.

नमिता आणि विवेक हे शाळेपासूनचे मित्र मैत्रिण! पुढे सोबत शिकत एकमेकांशी मैत्रिपलीकडे गुंतले. पण एकमेकांच्या समोर बोलायची हिम्मत काही होईना.

जरी एकमेकांना आवडत होते तरी इतर मित्रवर्ग पण होताच ना. मग त्यात नमिता च्या एका जवळच्या मित्राचे तिच्याशी वागणे विवेक ला खटकत होते. मनात कुठेतरी तो भीत होता की नमिता जर आपल्यापासून दूर झाली तर?

परिणामतः तो अधेमधे तिच्याशी वाद घालू लागला आणि त्यांची भांडणे होऊ लागली. तिला कळतच नव्हते की हे असें का होते आहे तर विवेक ला हे सांगता येत नव्हते की आपण तिला सांगावे की तू मला आवडतेस. परिणामतः जे झाले ते म्हणजे त्यांच्या नात्यात निर्माण झाला तो तणाव!

आता हा तणाव टाळता आला असता हे नक्की!

असे निर्माण झालेले तणाव कधी कधी खूप घातक ठरतात. संबंध बिघडतात, तुटतात आणि मग एकमेकांना गमावतात असे ही होते.

नात्यातील तणाव हा त्रासच देतो हे नक्की. मग कधी स्वतःला,कधी आप्तांना तर कधी सगळ्यांनाच. त्यात नाती गमावली जातात,व्यक्ती हरवतात,भावना दुखावल्या जातात आणि परिणामी वाट्याला येते ते दुःखच.

नाते हे भावनेच्या नाजूक धाग्याने बांधले असतात. तो नाजूक धागा हा मजबूत असतो पण तितकाच हळवा सुद्धा. कधी दुःखाचे डोंगर सुद्धा सहन करतील तर कधी एक शब्दाचा विखार सगळं पणाला लावेल आणि होत्याचे नव्हते करेल.

म्हणून कायम आणि कायम लक्षात ठेवा की संवाद साधा, त्याने वाद होतील भांडणे होतील पण त्यातून मार्ग निघेल. नुसताच निर्माण झालेला तणाव मात्र नक्कीच हळूहळू त्याचे विष पसरत जाईल आणि त्याचा शेवट वाईटच करेल.

नाते हे कधीही सगळ्या भावना, सुखदुःख यांचा संगम असते. त्यात उतार चढाव दोन्ही आलेच! कधी राग तर कधी लोभ हे सुद्धा आलेच.

काळजी घ्यायची ती एकमेकांच्या मनाची ज्यात कोणतीही गॅप निर्माण होण्यास चान्सच नको. मग जर गॅप झालीच नाही तर त्यात तणावाला सुद्धा जागा मिळणार नाही.

नात्यातील तणावामुळे अनेक घर उध्वस्त झालीत, तर अनेक मने सुद्धा.

माझ्याकडे येणारे अनेक लोक हे त्यांच्या मनातील आणि नात्यातील तणाव या विषयामुळे समुपदेशन यासाठी येतात तेव्हा मी त्यांना एकच गोष्ट सांगतो की संवाद साधा कारण संवाद हा प्रत्येक नात्याचे मूळ आहे.

तणाव नावाचे हे विष पसरुच देऊ नका. वेळीच त्याला आळा घाला आणि त्यावर प्रेमाची, शब्दाची, संवादाची फुंकर घाला आणि बघा किती सुंदर पद्धतीने जीवन जगता येते ते...!

काय पटतंय का..?

24

सुख आणि समाधान :-

"जगी सर्व सुखी असा कोण आहे" हे आपण सगळ्यांनी ऐकलेच आहे.

विजय एक अत्यंत नामवंत वकील होता ज्याने गेली 15 वर्षे अथक बौद्धिक परिश्रम केले आणि स्वतःला सक्षम बनवले. जो केस घेऊन त्याच्याकडे येईल तो जिंकलाच अशी त्याची ख्याती झाली होती. पैसा, घर , गाडी बंगला कशाचीच कमी नव्हती. हात लावेल तिथे यश असे त्याचे नशीब सुद्धा त्याला साथ देत होते पण तो अत्यंत चिडचिडा बनला होता. याच्याशी कोणत्याही विषयावर बोलणे हे त्याच्या घरच्यांनाच काय तर त्याच्या ऑफिस मध्ये काम करणाऱ्या लोकांना सुद्धा जड जात असे. खूप पैसे खर्च करायचे, खूप वस्तू घ्यायच्या असे असूनही मनातून तो कधीच आनंदी नव्हता आणि त्याच्या स्वभावामुळे आणि वागण्यामुळे त्याच्या जवळील लोक सुद्धा कधीच त्याच्या असण्याने आनंदी नसायचे उलट तो असल्याचे दडपण निर्माण होत असे. त्यालाही हे नेहमी जाणवत असे मग तो सुखी समाधानी होता का? त्याच्या घरचे आनंदी होते का?

त्याचे पैसे, त्याचे यश हे त्याला त्याच्या लोकांचे प्रेम मिळवून देत होते का? तर नक्कीच नाही!

सुख आणि समाधान हे आपल्या आतून मनातून निर्माण होते. कोणतीही कृत्रिम वस्तू ते सुख मिळवून देऊ शकत नाही आणि समाधान हे आपल्या कृतीतून दिसून येते.

एक साधे उदाहरण बघा, प्रत्येकाला हा अनुभव नक्कीच आला असेल.

तुमच्या घरात लहान मूल असेल किंवा वृद्ध आजी आजोबा. घरी जाताना त्यांच्यासाठी काहीच घेतले नसेल पण घरात गेल्याबरोबर त्यांच्याकडे बघून एक गोड स्माईल दिली तरी त्यांच्या चेहऱ्यावर समाधान दिसेल. जास्ती नाही फक्त 10 मिनिटे त्यांच्याशी बोलले तर तेही उत्साहाने त्यांचा दिवस कसा गेला हे सांगतील आणि त्यांचे कोणी ऐकले या आनंदात स्वतःला सुखी मानतील.

सुख म्हणा किंवा समाधान हे कोणत्याही वस्तूने नाही तर स्पर्शाने, हास्याने, बोलण्यातून जाणवते.

बरेचदा आपली प्रिय व्यक्ती आपल्या खूप जवळ आहे ही भावना सुखावते मग त्या वेळी जर त्याला सोबत स्पर्शाची मिळाली तर सोन्याहून पिवळे.

चेहऱ्यावर निर्माण होणारे तेज, ते भाव, तो ग्लो इतका तेजस्वी असतो की कुठलेही कॉस्मेटिक त्याची बरोबरी करूच शकत नाही. एखादी मुलगी खूप भारी मेकअप करून आहे पण आतून कुढत आहे तर तिचा तो मेकअप सुद्धा तिचे समाधान चेहऱ्यावर आणू शकत नाही आणि तेच आतून निर्माण झालेले समाधान आणि आनंद हे सौंदर्य प्राप्त करून देते.

एक साथ, सोबत, एक स्पर्श सुख मिळवून देतो ते सुख समाधान कोणत्याही संपत्तीने मिळवता येते नाही.

सुख विकत घेता येत नाही किंवा समाधान कोणाकडून मागून ही मिळत नाही ते मिळवता येते ते दिल्याने.... मग ते प्रेम असो की विश्वास.

सुख हे बरेचदा मानण्याने मिळते त्याची जाणीव होते. समाधान हे सुद्धा जाणवते तेव्हाच जेव्हा आपण खोलवर त्याचा विचार करतो.

आपल्याला सगळे मिळत असते पण आपल्या अपेक्षाच जर संपत नसतील तर समाधान हे लांब पळून जाते. अपेक्षांचे ओझे आपण बाळगतो आणि मग हताश होऊन रिकामे मन आणि रिकामे हात घेऊन बसतो.

कोणाला अफाट प्रेमाची संपत्ती मिळते तर कोणाला अफाट पैशाची संपत्ती मिळते!

कोणाला मैत्रीची तर कोणाला नातेवाईकांची साथ मिळते!

कोणाला दैवाची तर कोणाला आशिर्वादाचीआणि संस्काराची साथ मिळते!

प्रत्येकाला काही ना काही मिळत असतेच आणि मिळाले पण असते फक्त त्याचा स्वतःकडे बघण्याचा दृष्टिकोन योग्य असेल तर सगळे फलित मिळते नाहीतर मिळते ते नैराश्य. सगळी शक्ती स्वतःमध्ये असते ती ओळखायला शिकले की मिळते ते खरे सुख आणि समाधान.

व्यक्त आणि अव्यक्त या दोन्ही परिस्थिती आनंदी ठेऊ शकतात हवी ती मनाची तयारी जी देणे आणि घेणे याचे गणित पक्के करू शकेल. कधी कधी भरभरून देण्यात इतके समाधान मिळत असते की तिथे घेण्यातून मिळणारे सुख नगण्य ठरते.

सुख आणि समाधान याचे गणित फार वेगळे आहे जे फक्त देणे आणि घेणे याच्या पलीकडे आहे. व्यवहार आणि प्रेम याचे गणित कधी जुळते का?

प्रेमाला कळते देणे- ज्याने मिळते सुख आणि समाधान तर व्यवहारात कळते घेणे- ज्यात क्वचितच आनंद मिळतो.

आनंदाचे गणित हे सुखाची बेरीज आणि समाधानाची गुणाकार मिळून मिळते वजाबाकी करायची तर ती अपेक्षांच्या ओझ्याची!

25

शोध:-

शोध हा किती छान शब्द आहे ना!

लहानपणी राजा, राणी, राजकुमार त्यात मग तो जादूगार आणि खजिन्याचा शोध अशा कितीतरी छान छान गोष्टी आपण आजी आजोबांकडून ऐकल्या आहेत.

त्या गोष्टींत जादूगार -खजिना अजून काही सुद्धा असेना पण ते मिळवायचे म्हणजे हा त्याचा होता तो 'शोध'

मग जसे मोठे झालो तसतसा आपल्या आयुष्यातील शोध हा प्रकार वाढीस लागला. खूप वेगवेगळ्या मार्गांनी. कधी नवीन गेम, तर कधी नवीन कॉमिक्स तर कधी आणखी नवे काही पण शोध हा आपल्या आयुष्याचा एक अविभाज्य घटक हा बनलाच आणि तोही कायमसाठीच!

माझा एक कॉलेजमध्ये सोबत शिकलेला मित्र फार वर्षांनी मला भेटला. त्याला भेटून मला आनंद तर झालाच पण त्याचे बोलणं ऐकून पुन्हा 'शोध' हा शब्द प्रविष्ट झाला.

झाले असे, तो बरीच वर्षे परदेशात होता आणि मी सुद्धा आयुष्याचं रहाटगाडगे सांभाळत बिझी होतो त्यामुळे त्यावेळचे निवडक काही संपर्कात नव्हते त्यांना आता शोधून गेट टू गेदर करायचे ठरले.

मग काय विचारता झाली शोध मोहीम सुरू! तसे आता फेसबुक म्हणा किंवा वॉट्स ॲप आणि अन्य काही सोशल मीडिया मार्ग मदत करतातच.

त्यामुळे सोपे झाले आणि आमचा उपक्रम यशस्वी ठरला. त्या उपक्रमात आणखी एक नवा शोध पूर्ण झाला तो त्याच्या त्या जुन्या मैत्रीसंबंधीचा... आणि गंमत ही झाली की त्यातून त्यांच्या नवीन आयुष्याची सुरवात झाली!

म्हणजे तो यशस्वी शोधच!

काही नवीन असे नाही पण कधी कधी या धकाधकीच्या जीवनात आपण विसरतो ते म्हणजे जगणेच!

मग खरा शोध घ्यायचा असतो तो आपल्या आनंदाचा! कारण हे आयुष्य हे एकदाच मिळते आणि ते मनसोक्त जगणे हा आपला हक्क आहे.

शोध म्हणाल तर तो आपण करतो तो आपल्या आयुष्याचा प्रत्येक टप्प्यावर आणि प्रत्येक दिशेला. कधी तो असतो आपल्या करिअर चा!

कधी असतो तो आपल्या स्वप्नांचा!

कधी हा शोध असतो तो आपल्या आयुष्याच्या जोडीदाराचा!

कधी तो असतो तो आपल्या यशाचा!

कधी तो असतो आपल्या स्वतः चा! (जो आपण सगळ्यात शेवटी घेतो.)

ईच्छा, भावना, प्रेम, कर्तव्य, यश, संपत्ती हे सगळे शोधाचे फलित आहेत.

माझा एक मित्र खूप अफाट श्रीमंत आहे.. इतका की सगळं काही आपण विकत घेऊ शकतो असेच त्याला वाटत असे.

पण त्याच्या आयुष्यात एक घटना अशी घडली की जिचे मोल पैसा नसून त्याचे स्वत्व आहे हे त्याला कळले. हा आयुष्याचा नवीन शोध त्याला लागला आणि तो माझ्याकडे आला.

त्याला खूप प्रश्न पडत होते की आयुष्यात हे असे का? ते तसे का? मग मीच का? असे अनेक प्रश्न त्याला भंडावत होते. मी त्याला कौंसेलिंग केले. त्यात त्याला याची जाणीव करून दिली की सगळ्यात महत्त्वाचे म्हणजे आपण स्वतःला शोधले पाहिजे. काय नक्की हवे आहे ते जाणून घेतले पाहिजे. मग त्याची प्रसंगानुसार पडताळणी करून निष्कर्ष काढला तर शोध मोहीम फत्ते होते. आपण ज्याला 'Self Introspection' म्हणतो ते तेच.

स्वतःचा शोध म्हणजे यश! मग ते वैयक्तिक असो की व्यावसायिक!

जेव्हा आपण चुकीच्या दिशेनं विचार करतो तेव्हा मनाचे खेळ हेच मनाचे विकार पण जडवतात आणि त्याच योग्य विचारांची दिशा ही मनाला स्फूर्ती देतात आणि हीच स्फूर्ती देते यश आणि आनंद.

तेव्हा खरा शोध हा आपल्या आवडीच्या, छंदाचा आणि परत्वे आनंदी आयुष्याचा लावा.

आनंद हा खजाना आहे जो तुम्हाला सुखी, समृद्धी आणि उत्कर्ष देतो.

तळटीपः- सगळ्यात महत्त्वाचे सांगायचे राहिलेच बरंका,

हे शोध-शोध जे चालले आहे ना माझे, त्याची स्फूर्ती मला गुगल ने दिली...त्यामुळे गुगल बाबाचे धन्यवाद!

कशी काय विचारत आहात....अहो शेवटी गुगल काय आहे-'सर्च इंजिन'च ना..!

26

गृहीत :-

कुणाल आणि स्वप्ना दोघे जुळी भावंडे! लहानपणापासून एकत्र भांडले, रडले, गोष्टी वाटल्या एकमेकांच्या सोबतीने मोठे झाले. मुळात स्वप्ना ही कुणाल पेक्षा सगळ्याच बाबतीत उजवी होती पण ती समजूतदार म्हणून तिला कायम गृहीत धरले की समजून घेईल, ऐकेल.... आणि ती खरच शहाणी होती म्हणून ऐकत पण होतीच. त्याचा परिणाम मात्र असा झाला की कुणाल स्वतःला ग्रेट समजत मीच योग्य असा वागायला लागला. मीच बरोबर आणि मलाच कळते या समजात डॉमीनेटिंग झाला.

स्वप्ना चे चांगले समंजस असणे हे गृहीत धरल्याने तिचे मत, तिची आवड आणि तिचे अस्तित्वच मुळी सगळे नगण्य ठरवू लागले. तिला मात्र हे कळतच नव्हते सगळे आपलेच लोक म्हणून ती ते दुर्लक्ष करीत होती पण हेच तिचे चुकत होते.

तिचे चांगले, समंजस असणे चूक होते का की तिला गृहीत धरणारे लोक चुकीचे होते?

समंजस पणा हा तिचा वाखाणण्यासारखा गुण पण त्याचा गैरफायदा सगळे घेत होते मग गृहीत धरणे हे त्यांचे चुकले नाही का?

माझ्या माहितीत एक प्रख्यात व्यक्ती आहेत जे समाजकार्य या विचाराने त्यांचे खूप काही उपक्रम राबवतात ज्यात व्याख्यान, लेखन याद्वारे जनजागृती निर्माण करतात. याचा फायदा मात्र अनेक लोक घेतात आणि त्यांना गृहीत धरून स्वतःची कामे काढून घेतात. त्यांचे सहज साधे राहणे, वागणे, आपुलकीने बोलणे याला तुम्ही काय म्हणाल? भपकेबाज राहणे, स्वतःची बढाई न मारणे हे गुण की अवगुण?

विचारण्याचे कारण असे की आजच्या काळात दिखावा लोकांना आवडतो आणि त्या अनुसार त्या माणसाचे व्यक्तिमत्व ठरवले जाते.

एखाद्या प्रसिद्ध मोठ्या व्यक्तीच्या मुलाने सुद्धा तेवढेच प्रतिभावान असावे असे सगळ्यांनी जर गृहीत धरले तर त्या व्यक्तीला स्वतःचे जग निर्माण करायला नेहमीच जड जाईल कारण त्यामागे असणाऱ्या अपेक्षा आणि त्यातून होणारी तुलना हे कधीच संपणारे नसते.

एखादी व्यक्ती त्याच्या यशाच्या मार्गावर जाताना खडतर मार्ग चालत असतो मग कधी त्याला ठेच लागते तर कधी वाईट अनुभव येतो पण लगेच आजूबाजूचे त्याच्या अवलंबलेल्या मार्गालाच चूक असे गृहीत धरून सल्ला द्यायला लागतात.. हे असे का? त्यापेक्षा प्रोत्साहन का नाही देत?

पांडवांनी सुद्धा द्यूत क्रीडेत पांचालीला गृहीत धरून पणाला लावले आणि मग घडले ते महाभारत!

काळानुरूप बऱ्याच गोष्टी बदलल्या पण तरीही आजही कुठेतरी स्त्री ही गृहीत धरली जातेच. मग तिचे स्वरूप काहीही असो.

इतिहासात काय आणि आपल्या रोजच्या दैनंदिनी जीवनात काय हे कायम घडत असते ते म्हणजे आपल्या कडून इतरांना गृहीत धरणे!

पण हेच जेव्हा आपल्या बाबतीत कोणी करते तेव्हा मात्र आपल्याला ते खटकते.

प्रेम, आपलेपण यामुळे सगळे मान्य करणे हे व्यक्तिशः असते पण समोरच्याने त्याला कसे समजावे हे मात्र खरच वेगळे असते.

मी तर म्हणेन, कोणी कोणालाही गृहीत धरणे हेच मुळी चूक आहे.

आई असली म्हणून का तिने प्रत्येक वेळी आपल्या प्रमाणे वागलेच पाहिजे का?

वडील झाले म्हणून त्यांनी प्रत्येक हट्ट पुरा केलाच पाहिजे का?

त्याचप्रमाणे आईवडीलांनी सुद्धा मुलांनी आपले सगळे ऐकावेच हे गृहीत धरणे ही पण चूकच नाही का?

बॉस आहे म्हणून सहकाऱ्याला हे असेच कर असे म्हणणे किंवा अपेक्षित असणे त्याला गृहीत धरणे योग्य का?

क्रिकेटीयर चा मुलगा सुद्धा क्रिकेटीयर व्हावा हे गृहीत धरणे चूक नाही वाटत का?

कलाकाराचा मुलगा हा गायक पण असू शकतो आणि गायकाचा मुलगा हा व्यावसायिक पण असू शकतो पण समाजात मात्र सगळे गृहीत धरतात की ते आपल्या वडिलांच्या किंवा आईच्या पावलावर पाऊल ठेवेल.

प्रत्येक व्यक्ती ही जन्माला येतेच मुळी एक वेगळे अस्तित्व म्हणून मग त्याला त्याचे अस्तित्व निर्माण करू दिले पाहिजे. कोणतीही जोर,जबरदस्ती करण्यापेक्षा प्रोत्साहन दिले तर ते नक्कीच उत्तम ठरेल.

मुलगी आहे म्हणून तिने तिचे क्षेत्र निवडावे हे विचार करण्यापेक्षा ती पण झाशीची राणी बनून इतिहास घडवू शकते हा विचार करावा. आज अनेक मुली हवाई दल असो की आर्मी असो कुठेच कमी पडत नाहीत. त्या हे स्वकष्टाने मिळवतात त्याचा आदर करायला पाहिजे.

मुलगा झाला म्हणून त्याने जवाबदरीच्या ओझ्याखाली दबण्यापेक्षा त्या आनंदाने पार पाडत स्वतःला कसे जगता येईल यासाठी विचार करावा आणि त्याला इतरांनीही तसे सहकार्य करावे.

मला माहित आहे की सांगणे सोपे असते अशी प्रामुख्याने विचारधारणा आहे पण जर प्रत्येकाने त्यावर काम केले तर नक्कीच योग्य बदल घडवता येतील आणि मग गृहीत धरणे हा विषयच कायमचा मिटून जाईल.

आनंदाने जगा आणि इतरांना जगू द्या हेच ब्रीदवाक्य समाजात बदल घडवून आणेल. काय, पटतंय का?

27

समर्पण:-

आयुष्याचा एक उद्देश ज्याच्यासाठी आपले तन, मन आणि धन, आपले सर्वस्व बिना कुठल्याही अपेक्षेशिवाय अर्पण करणे त्यासाठीच जगणे याला म्हणतात समर्पण!

वयाच्या अवघ्या 23 व्या वर्षी भगतसिंग, राजगुरू आणि सुखदेव यांनी हसत हसत फाशी स्वीकारली हे होते त्यांचे आपल्या भारत मातेच्या आझादी साठी स्वतःचे बलिदान, त्या ध्येयासाठी केलेले समर्पण!

स्वराज्य निर्मिती, आपला धर्म,आपले लोक आणि आपल्या आई बहिणीची सुरक्षा यासाठी छत्रपती शिवाजी महाराजांनी स्वतःचे संपूर्ण आयुष्य वेचले, स्वतःला अर्पण केले. आपल्या बुद्धीच्या, तलवारीच्या आणि मावळ्यांच्या विश्वासाच्या जोरावर त्यांनी पुढाकार घेत आपले जीवन त्या उद्देशासाठी समर्पित केले.

अहिंसा आणि शांतता याच्या शोधात आणि लोक कल्याणासाठी भगवान बुद्ध यांनी कठोर तपस्या केली. आपले राज्य, आपला मुलगा आणि पत्नी यांचा त्याग केला आणि स्वतःला समर्पित केले आणि त्यातून निर्माण झाला बौद्ध धर्म!

महाभारतात पितामह भीष्म यांनी हस्तिनापूर राज्यात शांतता नांदावी यासाठी आजीवन ब्रम्हचर्याची शपथ घेतली आणि स्वतःला समर्पित केले ते राज्य आणि राजसेवा यासाठीच.

कोणता ना कोणता उद्देश हा असतोच जगण्यासाठी आणि असावाच मी तर म्हणतो. कारण जर उद्देश नसेल तर व्यर्थ वेळ काढत जगण्यात खरच काही अर्थ नसतो.

उद्देश हा काहीही असेल कधी आपल्या लोकांच्या सुखासाठी असेल तर कधी आपल्या समाजाच्या उद्धाराचा. कधी देशहितासाठी असेल तर कधी स्वतःच्या उत्कर्षासाठी. प्रत्येक उद्देश हा नक्कीच महत्वाचा आणि तितकाच आदरणीय आहे.

जेव्हा आपण आपल्या जीवन जगण्यासाठी एक उद्देश ठरवतो तेव्हा संचारते एक अफाट बळ...त्यासाठी कितीही श्रम करावे लागले तरी थकवा जाणवत नाही. जेव्हा एका विशिष्ट गोष्टीला आपण आपले मानतो तेव्हा कोणतेही काम करताना कमीपणा वाटत

नाही. हे माझे किंवा हे तुझे कोणताच फरक वाटत नाही.

जिथे व्यक्ती बद्दल विचार येतो तेव्हा असलेले समर्पण हेही खूप वेगळ्या लेव्हल वर असते. समोरच्याला जाणून काय हवे काय नको हे एकदा का कळले की पुन्हा शब्दाची गरज पडत नाही. कुठलेही भौतिक व्यवहार जिथे नगण्य होतात ते खरे समर्पण.

स्वतःच्या आवडी निवडी बाजूला ठेऊन जिथे आई प्रत्येक क्षणाला आपल्या मुलांसाठी जगते, सगळं करते ते समर्पण.

जिथे आपली हौस मौज बाजूला ठेवून काटकसरीने त्यांच्या भविष्यासाठी वडील सतत राबतात ते त्यांचे समर्पण.

स्वत्व जिथे विसरायला होते, गर्व बाजूला सारून , अभिमानाला धुडकावून समोर जायची तयारी होते आणि स्वतःचे आयुष्य त्या कारणी लावले जाते ते ठरते समर्पण. कोण मोठा-कोण लहान, कोण जेष्ठ-कोण कनिष्ठ, जिथे हे माझे नि ते तुझे हे भेद मिटतात तिथे नक्कीच यश मिळते.

निर्मळ स्वच्छ मनाने जिथे प्रयत्न होतात तिथे आपलेपण येते आणि तिथे स्वार्थ पळून जातो.

समर्पण हे कोणी म्हणाले म्हणून होत नसतेच आणि जेव्हा होते तेव्हा ते इतके नकळत होते की आपल्यालाही ते कळत नाही. एक अतूट बंधनिर्माण होतो एक ध्यास लागतो त्याचा आणि मग प्रत्येक क्षणी विचार येतात तेही तेच. ते आंतरिक असते तेच कार्य सिद्धही होते.

अध्यात्म आणि समर्पण याचाही खूप जवळचा संबंध आहेच. संत ज्ञानेश्वर, संत तुकाराम, संत जनाबाई, हे सगळेच ज्याला समर्पित होते ते महाराष्ट्राचे आराध्य दैवत भगवान विठ्ठल आणि आपला त्यावेळचा जो पिछाडलेला समाज होता त्याच्या उत्कर्षासाठी.

शेवटी उत्कर्ष हाच समर्पणाचा शेवटचा टप्पा असतो. समर्पणाशिवाय उत्कर्ष नाही आणि जर उत्कर्ष नाही तर प्रगती नाही. एक व्यक्तीची प्रगती ही त्याच्या कुटुंबाला, आप्तांना, समाजाला, प्रदेशाला तसेच देशाला प्रगतीपथावर नेते.

जग, काळ, वेळ,परिस्थिती ही कधीच कोणासाठी थांबत नाही पण त्यात जगताना पुढे जाताना जर अशी ठाम साथ असेल तर पुढचा मार्ग सुखकर होतो नक्कीच यश मिळवून देतो.

28

राग:-

राग हा संगीतामधील किती छान वाटतो ना? ती लय! तो आवाज! तो चढ-उतार!

पण तोच राग जर व्यक्तीचा असेल तर? त्यातही प्रिय व्यक्तीचा राग! मग तर विचारूच नका कसे सामोरे जायचे ते!

मनासारखे झाले नाही की येतो तो राग!

मोठे रागावले की येतो राग!

काही करायला जमले नाही की येतो तो राग!

चिडचिड, आरडाओरडा, प्रसंगी मारामारी हे रागाचेच प्रकार.

दिनू काकांची मुले शहरातून अचानक गावी आली. आजवर काका आपल्या मानस पुत्रासोबत एकटेच इथे राहत होते. तोच घरचे, शेताचे,काकांचे सगळे करत होता. मुले तर काय पंख फुटले आणि उडून शहरात गेले ते गेलेच. कधीकाळी पैसे पाठवले की झाले इतकेच त्यांचे कर्तव्य.

शांत संयमी दिनू काका ने जाऊ देत, त्यांचे आयुष्य म्हणून सोडून दिले होते. पण आज अचानक आज मुलं न सांगता आली, सोबत कोणी आणखी लोक होती. मुलांनी समजवणीच्या सुरात बोलायला सुरवात केली की त्यात त्यांनी काकाला सोबत चला आणि जमीन त्या बिल्डर ला कोण्या कंपनी च्या कामासाठी विका असे सुचवले होते.

त्यांना हे पटणे शक्यच नव्हते पण, परीक्षा घ्यायला त्यांनी विचारले की मग त्यांच्या या मानसपुत्राचे काय ज्याला अनाथ असल्याने लहानपणापासून सांभाळले आणि आता तो त्यांना सांभाळतो आहे ते... तर मुले म्हणाली की काही पैसे देऊन विषय मिटवू!

आता मात्र काकांची सटकली! शांत, संयमी दिनू काका ने जमदग्नीचा अवतार धारण केला. स्वार्थी मुलांची तत् पप

झाली आणि ते सोबतचे लोक तर आल्या पावली परतले. काकांचा आलेला हा राग नक्कीच विनाकारण नव्हता. अर्थात तो राग दर्शवला म्हणून तर मुले ताळ्यावर आली पण त्याच रागाने काकांचे बीपी वाढले आणि त्यांना माईल्ड अटॅक आला.

पुढचं सगळं करताकरता त्यांच्या त्या मानसपुत्राला नाकी नऊ आले.

"राग" किती परिस्थिती बदलून टाकतो ना?

किरण ची बर्थडे पार्टी सुरु होती. छान डेकोरेशन केले होते. तिच्या मित्र मैत्रिणी आणि बहीण दिवसभर राबून तिला आवडेल असे सगळे प्लॅन करून बरेंच काही केले होते. तिच्यासाठी हे खूप मोठे सरप्राईज होते, ते बघून ती अवाक झाली आणि आनंदाने चक्क उड्या मारायला लागली. त्याच नादात तिथून जाणाऱ्या वेटर ला तिचा धक्का लागला आणि त्याच्या ट्रे मधील सगळे ड्रिंक चे ग्लास तिच्यावर पडले. तिच्या पार्टी चा ड्रेस खराब झाला, रागाने तिने त्या वेटरला एक लगावली. या सगळ्यात तिचा स्वतःचा आणि सगळ्यांचा मूड बिघडला व पार्टी बेरंग झाली. ती रागा- रागाने रूम वर निघून गेली. सगळे तिची वाट बघत खाली बसले तर काही तिला मनवायला तिच्या मागे गेले. पण या नादात जे प्लॅन केले होते ते सगळे बिनसले.

रागनियंत्रण करणे फार कठीण आहे असे नाही आणि सोपे आहे असें ही नाही पण अशक्य तर नक्कीच नाही.

बहुतेक वेळी राग हा माणसाला घातकच ठरतो. त्यांनी वाद होतात,भांडणे होतात आणि परिस्थिती बिघडते. परिणामी नाती, मैत्री, बिघडतात आणि हाती लागते ते विखुरलेले सगळे!

आपण बऱ्याच घटना वाचतो की रागात केलेल्या मारहाणीत लोकांनी जीव सुद्धा गमावले आहेत. आईवडील सुद्धा काही कारणाने रागावून मुलांना मारतात तेव्हा नक्कीच हानी सुद्धा होते. सुरळीत जे घडू शकते ते रागाने बिघडते.

बिझनेस मध्ये रागापोटी घेतलेल्या निर्णयामुळे नुकसान होते. अनेकवेळा रागात असताना वाहने चालवले जाते तेव्हा स्पीड कडे लक्ष न दिल्याने अपघात होतात.

रागाने व्यक्त केलेल्या शब्दाचा विखार नातेसंबंध तोडतो. मने कटू होतात आणि कायमची दुरावली जातात.

कधीतरी हा राग गरजेचा असतो हेही तेवढेच खरं पण ती गरज आणि त्याची लिमिट ही ओळखता आली तर अनर्थ टळेल हे सुद्धा निश्चितच !

महाभारत घडले त्याला कौरवांचा पांडवांवर असलेला रागच जवाबदार होता.

बरेचदा जिंकता जिंकता हरतो त्याला रागच कारणीभूत ठरतो.

रागाला जिंकायचे असेल तर पेशन्स वाढवले पाहिजेत.

त्यासाठी डोळे घट्ट मिटून उलट आकडे मोजू शकता येतील.

मनातील विचार बद्दलण्यासाठी बाहेर पडून कोणाला भेटावे किंवा आवडती गाणी ऐकावी.

काही मिनिटांचा वेळ हा स्वतःला दिला की बघा त्यानंतर चित्र पालटले असेल.

29

आयुष्याची संध्याकाळ :-

धकाधकीच्या दिवस अंताला येतोय आणि मनाला भुरळ घालणारे वारं वाहतंय.. शांत ठिकाणी जिथे नयनरम्य दृष्य आहे आणि सोबत हलक्या आवाजात आपले आवडते म्युझिक सुरू आहे...हातात गरम गरम कॉफीचा कप! कसे वाटेल?

ही अशी संध्याकाळ कोणाला नाही आवडणार बरं.

संध्याकाळ हा शब्द च मुळी- धकाधकीतून निवांतपणा याची गरज निर्माण करतो आणि आणि थोडा मनासारखा वेळ याची जाणीव करून देतो. मनाला शांतपणा, मनातील विचार ते व्याप आणि ताप यापासून दूर काही क्षण घालवावे असे प्रत्येकाला हवेहवेसे वाटते.

त्यात जर तुमची हवी ती व्यक्ती सोबतीला असेल तर मग तर त्या आनंदाचा कळसच. काही असो ना असो,त्या व्यक्तीचा हात हातात धरून तो प्रेमाचा ओलावा तो स्पर्श याची जाणीव खूप काही अर्थपूर्ण समाधान देऊन जाते. मनातील सगळ मळभ, दिवसभराचा सगळा क्षीण नाहीसा करत आयुष्याला दररोज नवीन उमेद निर्माण करवुन, काही करावे जे आपले आहे त्यासाठी जगावे असे मनापासून मनालाच दर्शवून जाते. त्यामुळे होणारी रात्र ही उजाडणाऱ्या दिवसासाठीच पूर्वतयारी करवून जाते.

ही अशी संध्याकाळ प्रत्येकालाच हवी नाही का?

आयुष्यातील संध्याकाळ वेगळी असते का?

त्यातील ईच्छा, अपेक्षा वेगळ्या असतील का?

जन्माला येणाऱ्या प्रत्येक व्यक्ती ला जिवनचक्रातील टप्प्यातून जावेच लागते. बालपण सगळ्यात सुखाचा काळ! म्हणतात ना "बालपण देगा देवा" पण जे कधीच परत मिळात नाही.

तारुण्य हे रसरसलेले!

नव्या अनुभूती,नव्या कल्पना काही करण्याची ईच्छा ,नवीन ऊर्जा त्यातील धमक आणि एक धडपड याचा काळ.

ही धकाधकी कधी आणि किती काळ सुरू असते हे कोणालाच कळत नाही. जवाबदारी पेलता पेलता ताठ खांदे नकळत थोडे वाकायला लागतात. चेहऱ्यावर हल्क्यशा सुरकुत्या, डोळ्यावर चष्मा येतो आणि जाणीव होते की अरे जगायचे तर राहूनच गेले!

यांच्यासाठी कर, त्याला दे असे करत करत कधी वर्षे निघून गेली हे कळतच नाही आणि आपण प्रवेश करतो तो आयुष्यातील "संध्याकाळ" या टप्प्यात.

ही संध्याकाळ आता तरी आपल्यासाठी, आपल्या मनाच्या इच्छेने जगावे हे वाटणे चूक आहे का?

मुळीच नाही!

प्रत्येकाला मनासारखे जगात येते असे नाहीच मुळी पण, त्यातल्या त्यात काहीतरी क्षण आपण चोरून घेऊ शकतो ना?

कारण व्याप कधी संपत नाहीत आणि ताप कधी आपल्याला वेगळे होऊ देतच नाहीत. मग जर त्यांना थोडी बगल देऊन काही क्षण उपभोगले तर ते सुसह्यच.

कोणी परिस्थिती ने तर कोणी ती ओढवून घेतल्याने काही विषण्ण क्षण जगत असतात. स्वतःला महत्व थोडे तरी देता यावे जेणेकरून थोडेतरी समाधान मिळवता येईल.

अनेक वृद्धाश्रम आज आपण बघतो. तेथील कित्येक जण हे कोणी सांभाळ करायला नाहीत म्हणून तिथे येतात.पैसे असतो पण सोबत नाही का तर ज्यांच्यासाठी आयुष्य वेचले ते परदेशी... तर कोणी आपल्याच विश्वात दंग आणि मग यांची अडचण म्हणून आणून ठेवले.

कोणाला कोणी नाहीच म्हणून तर कोणी बेवारस म्हणून तिथे जगत असतात.

त्यांच्या आयुष्याची ही संध्याकाळ ही वेदनादायक नाही का?

पण जी लोक आपल्याच लोकांत राहून अश्रू ढाळतात त्यापेक्षा चांगलीच.

आज आपल्यात ताकद आहे, पैसे आहेत पण उद्या आपणही या टप्प्यात जाणार आहोत. मग आपली संध्याकाळ कशी ते आपण प्लॅन करणे योग्य नाही का? निदान प्रयत्न करणे तरी आपल्या हातात आहे ना!

प्रत्येक सुख हे पैस्याने विकत घेता येते हा खूप मोठा गैरसमज आहे. पैसे हे वस्तू मिळून देतील पण त्यातील आनंद नाही.

आपला आनंद हा आपला व्यक्ती यामध्ये आहे. ते क्षण जे समाधान देतात त्यामध्ये आहे. आपले आवडते काही करायला मिळते त्यामध्ये आहे.

मला कायम वाटते की जिथे ही समवयस्क एकत्र येतात तिथे, त्यांनी हीच सोबत एन्जॉय करत क्षण उपभोगावे. ज्यांनी टाळले, बाजूला केले त्यांच्यासाठी कुढत बसण्यापेक्षा, योग्य पद्धतीने जगून दाखवावे.

मध्यंतरी मी एक लेख वाचला खूप स्पर्शून गेला त्याचा शेवटचे वाक्य.

त्यामधून एक आजी तिच्या एका व्यक्तीला म्हणते की "मी मेल्यावर अश्रू ढाळशील ना रे?" अंगावर शहारे आले एकदम ते वाचून. किती माफक अपेक्षा पण किती खोलवर स्पर्शून

जाते.

चला तर मग ज्यांची संध्याकाळ सुसह्य करता येईल त्यांना मदत करूयात! स्वतःच्या संध्याकाळची तयारी करून ठेऊयात आणि खारीचा वाटा उचलत समाजाचे देणे देऊ यात.

स्वार्थ किंवा परमार्थ याच्या पलीकडे माणुसकी जगू यात. पैसे असोत नसोत पण समोरच्याला आनंद देत येईल याचा प्रयत्न करू यात. एक लहान कृती सुद्धा एखाद्याला समाधान मिळवून देईल त्यासाठी पाऊल पुढे टाकू यात. सगळ्यांना ही संध्याकाळ मनसोक्त उपभोगता यावी ही ईच्छा!

30

पारदर्शकता:-

निशांत आपल्या वडिलांसोबत बिझनेस पार्टनर होता. वडिलांकडून त्याने बिझनेस चे सगळे धडे घेतले. वडील म्हणजे एक अत्यंत शिस्तप्रिय तसेच तत्ववादी होते. निशांत मात्र थोडा लबाड होता, त्याला कमी वेळात जास्त पैसे कमवायचे होते आणि पुढे जायचे होते. त्याने वडिलांच्या नकळत हिशोबात फेरफार केली, कॉन्ट्रॅक्ट मिळण्यासाठी लोकांना पैसे खायला घातले.

लोकांना हेच हवे होते पण जेव्हा वडिलांना हे कळले तेव्हा मात्र ते भयंकर संतापले. त्यांनी भर मिटिंग मध्ये त्याची नाचक्की केली आणि त्याला बेदखल केले. त्याने खूप माफी मागितली, विनवणी केली पण त्यांनी एक ऐकले नाही. नात्यातील तसेच व्यवहारातील पारदर्शकता त्याने दोन्ही ठिकाणी गमावली आणि नाते आणि पैसे काय सगळेच गमावून बसला. म्हणतात ना " तेलही गेले आणि तूपही गेले,हाती राहिले धुपाटणे" अशी त्याची अवस्था झाली.

कोणत्याही नात्यात, व्यवहारात पारदर्शकता हवीच, नाहीतर हाती काहीच लागत नाही.

मितेश आणि प्रीती हे दोघे जिवलग मित्रमैत्रिणी होते. शाळेपासून तर कॉलेजमध्ये सुद्धा त्यांच्या मैत्रीबद्दल ख्याती होती. प्रीती ला मितेश हा मनापासून आवडायचा, तिची अशी कुठलीच गोष्ट नसायची जी तिने त्याच्यापासून लपवली. कोणाशी बोलले, काय झाले,घरी काय दारी काय झाले ते सगळे त्याला सांगत असे. पण तिच्या या बोलण्याची नकळत त्याने दुसऱ्या एका मैत्रिणीशी चर्चा केली आणि हे प्रीती च्या कानावर आले. प्रीती ने त्याला जाब विचारला तर त्याच्याकडे उत्तर नव्हते. ती खूप दुखावली गेली, तिने त्याच्याकडे एक रागाचा कटाक्ष टाकला ज्यात प्रचंड कळ होती आणि ती जी तिथून निघून गेली ती पुन्हा कधीच त्याच्यासमोर आली नाही. तिने त्याच्याशी पूर्णपणे पारदर्शक राहून सगळे शेअर केले पण त्याच्या एका चुकीने सगळी मैत्री पणाला लागली.

नाजूक नात्यांच्या मध्ये तर पारदर्शकता ही सगळ्यात महत्त्वाची ठरते करण त्याचा बेस हाच विश्वास असतो आणि तो का डळमळीत झाला की उरतो तो फक्त एक पोकळ वासा

ज्याला काहीच किंमत उरत नाही.

भावना आणि मन ह्यांचे असे घट्ट बंध आहेत की वीण एकच पण दोन नावे.

आपले मन जेव्हा आपल्या ताब्यातून दुसऱ्या व्यक्तीकडे ओढले जाते तेव्हा समजून जावे की हे नक्कीच काही वेगळे आहे.

ओढ ही मनाची नाही तर भावनांची होते आणि मन हे तर भावनेला वाहिलेले असते.

एखाद्याच्या जवळ जाताना सगळ्यात महत्त्वाचा ठरतो तो त्यावरील विश्वास जो आपल्या वागण्याने निर्माण करतो. बऱ्याचशा अशा घटना घडतात की आपण आणखी जवळ येतो आणि नकळत गुंतत जातो.

हळूहळू एकमेकांशी सिक्रेटस शेअर व्हायला लागतात आणि मग तर ते नातंच एक सिक्रेट बनतं. जोवर एकमेकांशी सगळं खरं सांगणं बोलणं असत तोवर ठीक पण एकदा का मात्र ते तंत्र बिघडलं की मग संपलच.

त्या भावनेला आणि मनाला गेलेला तडा हा तडाच राहतो, मग वरून कितीही आवरणे घातली तरी मुळ रूप काही परत येत नाही. पारदर्शकता ही अशीच असते मग काच असो की भावना, तिचे आपलं एक महत्त्वाच स्थान असते.

आपण कार ने कुठेही फिरायला गेलो तरी बाहेरील दृश्य आपण सहजतेने बघू शकतो. खिडकी ला असलेली काच पारदर्शक असते. कुठल्याही हॉटेल ला गेलो तरी सगळी सजावट ही सहजतेनं बघू शकतो, आजकाल सगळी सजावट ही काचेचीच असते.

मोठाली झुंबरे असू देत, दरवाजे असू देत की पार्टिशन. तिथे काच वापरली जाते त्यामुळे सहजतेने आपण आजूबाजूचे बघू शकतो.

पारदर्शकता हा खूप महत्त्वाचा गुण आहे ना काचेचा!

पण हीच काच जेव्हा पडते, फुटते तेव्हा मात्र तिला जोडले तरीही जोडल्याची खूण मात्र कधीच जात नाही. काचेला गेलेला तडा हा कायमचाच राहतो मग कितीही आधुनिक पद्धतीने तिला जोडले तरीही ती पूर्ववत होत नाहीच.

तसेच माणसाच्या मनाचे नाही का?

म्हणूनच जिथे आवश्यकता आहे तिथे पारदर्शकता नीट सांभाळा.

31

घर की भिंती :-

पहाटेच्या वेळी जाग येते ती पक्षींच्या किलबिलाटानेच...अर्थात हे वेगळे की शहरात जिथे झाड नाही तिथे मात्र वाजतो तो गजरच... मग मोबाईलचा असो की घड्याळाचा!

तर अशी ही रम्य सकाळ जी उत्साह भरते आणि कार्यक्षमता वाढवत दिवसाला सुरवात होते. दिवस कितीही धकाधकीचा जावो त्यात राग,संताप, आनंद, वैताग, श्रम काहीही असोत संध्याकाळ झाली की मात्र वेध लागतात ते घरी परतीचे.

तिन्हीसांजेची वेळ झाली की पक्षी कितीही लांब आकाशात असो तो आपल्या घरट्याच्या दिशेने परत येतोच.

घरटे असो अथवा घर जे देते श्रमानां निवारा आणि मनाला समाधान. ती दिवसभर केलेली वणवण, श्रम, मेहनत त्या सगळ्यांना जिथे निवारा मिळतो ते घर!

जिथे डोळे मिटून शांतपणे आणि निर्धास्तपणे आराम करता येतो ते घर!

ते डोळे जे दिवसभर वाट दाखवत, मार्ग आक्रमायला मदत करतात...कृती जी करायला घेतली आहे त्यात मोलाचा वाटा निभावतात... त्यांना निवांतपणा कुठे मिळतो तर, ह्या घरांतच!

हे घर म्हणजे नक्की काय?

अनेक भिंती एकत्र येऊनच घर हे बनते पण त्याला घरपण येते ते तेथील वास्तव्याने आणि त्या वास्तवातील आपल्या लोकांनी. घरातील प्रत्येक व्यक्ती एक रक्ताचे किंवा समाजाचे मान्य केलेले नाते घेऊन जगत असतात. त्यातील आपलेपणा, त्यांच्याबद्दल असलेली माया,प्रेम, ती भेटण्याची ओढ हीच तुम्हाला खरा निवांतपणा देते. ते भेटणे म्हणजे कधी तर फक्त चेहरा बघून त्यावरील भाव सुद्धा दिलासा देतात तर कधी बोललेली दोन वाक्ये, दिलेली हलकीशी स्माईल सुद्धा बाहेरून सोबत आलेला थकवा एका क्षणात परतवून लावते. घरातील माणसे त्यांचे आपसातील बंध, आपलेपणा, हे महत्त्वाचं नाही का?

तर असे हे घर त्यातील व्यक्तींनी बनते की फक्त चकाचक भिंती ने?

आता बघा हं! माझ्या माहिती मधील एक परिवार आहे खूप श्रीमंत इतके की प्रत्येकाला एक वेगळी खोली, त्यात एसी, इतर महागाईचे सामान आणून केलेली सजावट, वरती झुंबर तर खाली स्फटिक ची फरशी. संपूर्ण घर हे विविध प्रकारे सजवलेले...उंची सामान ते सुद्धा परदेशातून मागवलेले... सजवले इतके आहे की एक कोपरही रिकामा नाही. एकंदर घरात लोक तीन पण ती जागा म्हणजे वर चार खोल्या तर खाली पाच खोल्या.

प्रत्येक जण आपल्या खोलीत गेले की कोणाचा दुसऱ्या कोणाला पत्ता नाही,जेवण सुद्धा आपल्या सोयीने तेही बनवायला नोकर माणसे. मग तुम्ही सांगा खरच या घराला घरपण आहे का?

त्या भिंती कितीही मजबूत असोत, त्या कितीही पॉश असू देत पण जिथे आपलेपण नाही ते घर मानावे की कृत्रिम भिंती?

पूर्वी बघायला मिळायचे किंवा आज सुद्धा बऱ्याच ठिकाणी असे आहे की चार खोल्यात सहा लोक राहतात. मग त्यात असतात तीन पिढ्या!

किंवा बऱ्याच ठिकाणी अगदी साधेसे घर असते तिथे काही ऐट नाही की कुठला कृत्रिम रुबाब नाही पण तिथे असतो तो आपलेपणा! एकमेकांबद्दलचे प्रेम! चेहरा बघून समोरच्याचे मन कळते आणि त्यातील भावना मग हेच खरे घर नव्हे का?

घर हे बनते माणसांनी मग भिंती कुडाच्या असो की सिमेंटच्या त्याने फरक पडत नाही.

जिथे महाल आहे पण माणसाचे हाल आहेत तो महाल हा एखाद्या भकास रिकाम्या जागेच्या व्यतिरिक्त काहीच नाही.

एखाद्या व्यक्तीकडे सगळे काही असते प्रेम, आपला माणूस, आधार जे खरं तर जगायला लागते मग त्या कृत्रिम भिंतींची गरज आहे का?

आणि ज्याच्याकडे कृत्रिम भिंती आहेत पण तेच आपलेपण,प्रेम, आधार नाही मग खरा श्रीमंत कोण? खरं घर कोणाकडे? म

कदाचित त्याच व्यक्तीकडे ज्याच्याकडे त्याची काळजी करणारे आपले असे आहेत तेच.

माझ्या मनात काही प्रश्न आले, ज्याची माझ्या मते उत्तरे तर मला माहिती आहेत पण बरेचदा या धकाधकीत आपण काही महत्वाचं विसरतो आणि एक वेड्या विचारामागे धावतो कारण काय तर माझ्या मित्राकडे हे आहे आणि माझ्या नातेवाईक ने ते घेतले. आपली तुलना आपण जेव्हा नको तिथे करतो तिथे खरे असमाधान जन्माला येते आणि मग पसरतो तो वितंडवाद.

तुलना ही बरेचदा घातक असते ती कुठे आणि केव्हा तसेच कशाबद्दल करावी हा खरच विचार करण्याचा मुद्दा आहे.

भिंती उभारता येतात हो पण माणसे विकत मिळत नाहीत की प्रेम आणि आपलेपण!

पैस्याने सगळे मिळेल पण त्या घरातील घरपण हे फक्त त्यातल्या माणसांनीच मिळते.

ते पक्षी जे काड्या गोळा करून घरटे बनवतात त्यांना माहीत असते की एक पावसाळा हे सगळे उलथवून टाकेल पण तरीही त्यांच्या पिल्लांसाठी निवारा म्हणून ते घरटे बनवतात.

संध्याकाळी येऊन आपल्या चोचीतून त्यांना जे भरवतात त्यावरच ती पिल्ले जगतात. त्या खाऊ घेऊन येणाऱ्या पक्षिणीची वाट पाहत असतात तर तीच पक्षीण पिल्लांच्या ओढीने तिन्हीसांजेला घरी परत येते आणि त्या पिल्लांना पंखाखाली घेऊन आधार देते. मग ते काड्यांचे घरटे असो की उभारलेल्या भिंती, त्यात असलेली ऊब ही प्रेमाची असेल तरच ती ओढ असते.

नाहीतर, कितीही मोठा असेल आणि तो प्रेमळ लोकांच्या तुलनेत रिकामा तर तो असतो भकास बंगलाच!

32

नात्यातील गोडवा :-

जन्मतः मनुष्य हा रक्ताची काही नाती घेऊनच येतो. आई,बाबा, आजी, आजोबा, मामा, काका,आत्या, मावशी ही तर त्यातलीच नाती.

काही नाती बनतात ती समाजातील रूढी परंपरेने आणि बंधनाने.

पण काही नाती ही कोणत्याही जन्माने किंवा बंधनाने झालेली नसतात तर मनाच्या कोपऱ्यातून निर्माण झालेली असतात.....!

नाते हे वयाला बंधनकारक नाही किंवा कोणाबरोबर बनण्यासाठी याला अट पण नाही.

एका गार्डन किंवा मोठ्या बागेत जर कधी पाहिले तर असंख्य लोक येत असतात आणि त्यात सुद्धा आपल्याला अनेक गट दिसतात... कारण हे असते बऱ्याच लोकांचे हक्काचे ठिकाण.... यात आपल्याला दोन वेगवेगळ्या गटांचे दर्शन होते. एक तो गट जो वयाने मोठा पण वार्धक्याकडे झुकून मनाने लहान झालेला तर दुसरा गट जो वयानेच निरागस असतो, या जगाचे छक्के पंजे ना समजणारा. पण दोघांची मैत्री मात्र अतूट, अगदी घट्ट असते.

रोज संध्याकाळ होण्याची वाट दोघेही पाहत असतात... एकाला खेळायचे असते तर दुसऱ्याला खेळवायचे असते. मग जे नाते तयार होते ते प्रेमाचे,जगाच्या भाषेत ते असतात आजी आणि आबा तर ते छोटे पिल्लू असते त्यांची नातवंडे... मग सख्खे असो वा फक्त मनाने जोडणारे. त्यातले प्रेम, आपुलकी महत्वाची ती एकमेकांना बघून, मनापासून ओठावर आलेली स्माईल महत्वाची.

बरेचदा जिथे काम करत असतात,दिवसातला सगळ्यात जास्ती असा वेळ आपण एकत्र असतो त्या ठिकाणी सुद्धा काही बंध निर्माण होतात. कधी घट्ट मैत्री, कधी भावाबहिणीचे, तर कधी आदरयुक्त भावनेने.

आपण राहतो त्या ठिकाणी आपला शेजार असतो, ती लोकं जी अर्ध्या रात्री आपल्याला गरज पडल्यास धावून येतात. आपले नातेवाईक येईस्तोवर सर्व भार खांद्यावर उचलून मदत करणारे असतात. मग ह्या नात्याला काय म्हणावे?

एक व्यक्ती आपल्या आयुष्यात अशी होऊन जाते की जिच्यासाठी मान, सन्मान, व्यवहार, हे सगळे नगण्य होते आणि उरतो तो फक्त देण्याचा भाव... मग हे नाते सुद्धा वेगळेच!

मी तर म्हणेन प्रेम, आपुलकी, आदर, मदत भाव या सगळ्यांचा संगम म्हणजे नाते असते.

ज्यात केलेच पाहिजे, दिलेच पाहिजे आणि जर नाही दिले तर राग येतो... मग मान आणि अपमान ज्या नात्यात निर्माण होतो असे नाते आनंद देते का?

ज्यात भेटण्याची आतुरता,बोलण्याची ईच्छा, सोबत असण्याची खात्री आणि सगळ्यात महत्वाचे म्हणजे व्यवहारापलिकडची ओढ असते... हे खरे नाते. नात्याला लेबल असावे याची गरज नाही पण विश्वासरुपी भक्कम पाया मात्र नक्की असावा.

नजरेत दिसेल तो आधार,विश्वास आणि प्रेम सगळ्यात महत्वाचे.

हक्क या प्रकाराने नाही तर जवाबदारी या प्रकाराने आपले वाटणे हे नाते असते.

जबरदस्तीने नाही तर स्वीकारलेल्या भावनेने काही करावेसे वाटणे हे नाते असते.

माझे तुझे असे न म्हणता आपले म्हणले जाणे

हे नाते असते.

कोणीतरी हवे हवेसे वाटणे,

सुखदुःखाचा आधार असणे,

कोणताही भेद भाव न रहाता एकत्र खांद्याला खांदा लावून सोबत चालणे हे नाते असते.

खूप रूप रंग आहेत या शब्दाला,

खूप कल आहेत , खूप वळणेही आहेत या प्रवासाला.

कधी चढ तर कधी उतार आहेत पण या सगळ्यात जे ठाम आहे, खंबीर आहे , तेच असते नाते.

या नात्यातील गोडवा फक्त ओळखता आला पाहिजे की तुम्हाला आपल्या बरोबर आपले अनेक प्रिय लोक आहेत याची जाणीव होते!

आणि मग हे नाते असल्यावर अजून वेगळे काय लागते ते जगायला...सगळेच किती गोड वाटते...नाही का!

33

आत्मिक सुख:-

कौंसेलिंग घेताना अनेक लोकांच्या विविध प्रश्नांची उत्तरे द्यायची असतात...माझ्याकडे मागे एक माणूस आला होता...त्याचे कौंसेलिंग करत असताना त्याने मला एक प्रश्न विचारला..."आत्मिक सुख नक्की कशात असते..शरीरात का मनात?"

त्याच्या या प्रश्नाला मी त्याला समजेल या भाषेत उत्तर दिले आणि एक गोष्ट पण नीट सांगितली की प्रत्येकासाठी आत्मिक सुख ही व्याख्या वेगळी असते...

हे मी लेमॅन भाषेत बोललो तरी प्रत्येक जण आपआपल्या सोयीनुसार अर्थ लावणार हे नक्की...

आपण जर बॉडी, माईंड आणि सोल या तीन रुपात असतो तर मग यापैकी सुख नक्की कोणाला हवं असते?

आता हेच बघा ना...सगळ्यात मोठा आनंद कशात असतो माहीत आहे?

याची उत्तरे अनेक येतात...पण त्यातले एक उत्तर हे सुद्धा आहे की आपल्या आवडत्या व्यक्तीला आनंदी बघण्यात!

आपल्या व्यक्तीच्या चेहऱ्यावरील एका स्माईलसाठी...त्याच्या हॅपिनेस साठी ...त्याच्या उत्साहासाठी आपले मन, आपल्याला जगायला चेतना देते, उत्साह देते आणि सगळ्यात महत्वाचे म्हणजे समाधान देते.

त्या व्यक्तीसाठी मनात असलेली भावना, कर्तव्याची जाणीव ही आपल्याला जगायला आणि पुढे जायला सुद्धा प्रेरित करते.

खरंतर खूपच सहज आणि साधी गोष्ट आहे ना की आपल्या जगण्यासाठी जे सगळ्यात महत्वाचे कारण आहे ते म्हणजे आवडती आपली व्यक्ती जिला आपण सर्व अर्थाने आपले मानतो आणि त्यासाठी सगळे करत असतो.

अशा वेळेस अगदी मोठ्या व्यक्तीपासून तर लहान मुलांपर्यंत सगळे सारखे असते.

एक लहान मुल अगदी काही महिन्याचे ज्याला चांगले,वाईट, राग, लोभ याबद्दल काहीच समजत नसते. आपण त्याला खेळताना त्याला घेऊन कधी गोल गिरकी घेतो तेव्हा

ते खळाळून हसते, जेव्हा आपण त्याला हवेत वर उंच फेकतो तेव्हाही ते तसेच हसत असते आपण पडू ही भावना त्याला शिवत सुद्धा नाही कारण त्याचा विश्वास की आपल्याला फुलासारखे झेलणार हा असतो आणि त्या क्षणाला त्याच्या चेहऱ्यावर जो आनंद असतो तो आपल्याला ते पुन्हा पुन्हा करायला प्रवृत्त करतो.

तो खेळकर भाव, तो चेहऱ्यावर दिसणारा प्रसन्न भाव यापेक्षा त्या क्षणी दुसरे काहीच महत्वाचे वाटत नाही.

हेच ते बंध प्रेमाचे, मनाच्या गुंतवणूकीचे जे लहानपणापासून रुजतात आणि आपलं अस्तित्व, आपलं जग निर्माण करतात.

आपलेपणा, विश्वास, एकमेकांसाठी काही करण्याची वृत्ती जोपासायला आपण तिथूनच शिकतो. आपले,परके हे बरेचदा कोण्या नात्यावर किंवा रक्ताच्या संबंधावर अवलंबून नसते तर ते असतात भावनिक बंध जे आपलेपणाने वागण्याने प्रेम दिल्याने निर्माण होतात.

आई आणि मुलगा तर बाबा आणि लेक ही जगाची खूप पक्की गणिते आहेत जी वारंवार दिसून आलीत, नाही का!

आजी आजोबासाठी तर नातवंडे ज्याला दुधावरची साय म्हणतात ते तर फारच वेगळं कॉम्बिनेशन असते.

कोणी आपल्या मुलाच्या वेळी कितीही स्ट्रिक्ट असेल पण नातवंडांना हे पाठीशी घालणारच आणि त्यासाठी वेळ पडल्यास आपल्या मुलांशी विरोध पत्करणार हे पण तेवढंच खरं!

भावंडे आणि त्याची भांडणे, त्यांच्यातील हेवेदावे आणि

मारामारी हे अगदी डोकं पिकवणारे असते...पण क्षणात बाहेरून कोणी पाहुणे त्यांच्यात मध्ये पडायला लागले की अचानक उफाळून येणारे त्यांचे प्रेम ही पण एक अनोखी गंमत असते जी कोणीही कधीच नाकारू शकत नाही.

बरेचदा आपल्या आयुष्यात अशी व्यक्ती येते की आपल्याही नकळत आणि अगदी सहजपणे ती आपले सर्वस्व बनते. काही दिल्यानेच परत मिळेल असा व्यवहार त्या ठिकाणी नगण्यच असतो. तिथे असते ते फक्त देण्याची ईच्छा, त्यासाठीची धडपड आणि त्यानंतर मिळणारे समाधान जे समोरच्याच्या चेहऱ्यावर विलसणाऱ्या भावामुळे मिळते.

ते निखळ प्रेम, निस्वार्थी भावना आणि मनापासून करण्याची वृत्ती ही सहज निर्माण होते आणि नकळत आपण खूप काही करत जातो एकमेकांच्या आनंदासाठी, सुखासाठी जे कधी कोणाला दुसऱ्याला ठरवून सुद्धा जमणे कठीण असते.

"सुख म्हणजे नक्की काय असतं हो शेवटी..."

सुख म्हणजे आपल्या व्यक्तीसोबत आनंदाने जगण्यात असते. त्याला प्रेम देण्यात असते, त्याच्यासाठी जगाशी लढण्यात असते आणि वेळ पडलीच तर स्वतःला विलीन करण्यात सुद्धा असते.

एखादी कृत्रिम वस्तू, ठिकाण, पैसे, कपडे लत्ते हे जिथे शून्य असतात तिथे असते ते प्रेम....!

उदाहरणखातर मग आपल्या आवडत्या व्यक्तीच्या चेहऱ्यावरचा आनंद असो की समाधानी हसू असो.

कधी ठरवून असे न घडता अचानक काही घडते आणि मग जे अनुभवायला मिळते ते सुख जे क्षणिक नसते तर ती असते निरंतर गोड आठवण.

एक प्रेमळ नजर, डोळ्यातून व्यक्त होणारी काळजी, आणि एक भावस्पर्श जो जगायला नवीन उमेद निर्माण करतो, शरीराला निर्माण झालेला थकवा सुद्धा क्षणात पळवून लावतो, दोन शब्द जे अमृतासारखे जगायला बळ निर्माण करतात हे किती अद्भुत आहे नाही का...

आपल्या व्यक्तीसाठी आपण काहीही केले तरी त्याचे आत्मिक सुख आपल्याला मिळते ज्याची कशालाच तोड नाही...!

सुखाच्या अनेक व्याख्यांपैकी इथं ही संज्ञा फिट बसते, हो ना?

34

निश्चय:-

निश्चय म्हणजे निर्धार म्हणजेच प्रण!

जो मनापासून केला जातो तो असतो निश्चय! काही मिळवायचे, काही प्राप्त करायचे आणि नुसते करायचे असे नाही तर करायचेच असे जे ठरवले जाते तो असतो प्रण!

एक उदाहरण देतो... सगळ्यांना माहीत असेलंच पण तरीही सांगतो कारण उदाहरण दिल्याने लगेच कळते हे नक्की.

आपल्या सगळ्यांचे आवडते आणि ज्यांचा आपण खूप आदर करतो ते आपले छत्रपती शिवाजी महाराज! ज्यांनी

वयाच्या अवघ्या 16 व्या वर्षी आपल्या मावळ्या सोबती आणि सवंगड्यांबरोबर स्वराज्यस्थापनेचा प्रण केला.

महादेवाच्या पिंडीवर आपली करंगळी कापून शपथ घेतली ती आपल्या स्वराज्यस्थापनेची!

तो निश्चय हेच त्यांचे जीवन उद्दीष्ट त्यांनी ठरवले ज्यासाठी अपार कष्ट केलें, जीवावर बेतले असे युद्ध केले , प्रसंगी आपल्या जिवाची जोखीम पत्करली पण केलेला निश्चय- प्रण हा ढळू दिला नाही. स्वराज्य स्थापन केले ते समाजकल्याणसाठी, त्यासाठी स्वतःची पर्वा केली नाही इतके ते त्यांच्या निश्चयाशी अढळ होते.

महाराजांची महती वर्णावी तेवढी कमीच! आणि आपण त्यांच्या कडून किती गोष्टी शिकू शकतो हे पण निश्चितच!

आता अजून एक उदाहरण बघा.

स्वातंत्र्य संग्रामात ब्रिटिशांच्या विरोधात उभे राहण्यासाठी प्रचंड मानसिक ताकद, जबरदस्त ईच्छाशक्ती, अतीव मेहनत, अफाट बुद्धीचातुर्य आणि सक्षम विचारसरणी यांच्या जोरावर एका जुलमी राजवटीविरुद्ध लढा द्यायला एका माणसाने 'आझाद हिंद सेनेची' स्थापना केली.

नेताजी सुभाषचंद्र बोस यांच्या मनाचा काय तो मनोनिग्रह आणि स्वातंत्र्य मिळवण्याचा पराकोटीचा निश्चय!

उदाहरण अनेक आहेत ज्यातून आपण प्रेरणा घेऊ शकतो!

आपण आजच्या काळात जे जीवन जगत आहोत ते तंत्रज्ञानाने वेढलेले आहे.

आजचे तंत्रज्ञान हे सर्वव्यापी आहे. पण माणसाने केलेले निश्चय किंवा प्रण हे या तंत्रज्ञानापेक्षा सर्वस्वी वेगळे नसतात का?

तुमचे निश्चय हे तंत्रज्ञानावावर अवलंबून असू शकतात पण त्याही पेक्षा स्वतःच्या मन सामर्थ्यावर जास्त असतात हे आपल्याला लक्षात घेणे गरजेचे!

आपल्या आयुष्यात ते सगळे आहे का जे आपल्याला हवे असते?

आपल्या लोकांना द्यायचे ते सर्व आहे का?

असेल तर आनंदच आहे पण नसेल तर, ते मिळविण्यास केलेला प्रयत्न आणि त्यासाठी ठेवलेली जिद्द यालाच तर निश्चय म्हणतात.

आजच्या भाषेत म्हणले तर गोल सेटींग म्हणजेच आपले लक्ष्य ठरवणे!

प्रत्येक जण जन्माला येतो, काहीतरी काम करतो आणि निसर्गनियमाप्रमाणे त्याचा अंत पण ठरलेलाच असतो.

मग अशा ह्या आयुष्यात जर काही वेगळे करायचे असेल ज्यामुळे समाजाचे, लोकांचे आणि आप्तस्वकीयांचे भले करायचे असेल तर विशेष असे काही करावे हे लागतेच.

मला करायचे असे फक्त म्हणून ते होत नाही तर ते करावे लागते त्याशिवाय मिळणार नसते!

त्यासाठी काही नियम करावे लागतात, काही तयारी लागते, काही प्लॅन्स करावे लागतात आणि सगळ्यात महत्वाचे म्हणजे कुठल्याही गोष्टी पूर्ण करताना त्याची डेड लाईन ठेवावी लागते.

ते करण्याची मनाची जी तयारी असते त्यालाच म्हणतात निश्चय!

निश्चय हा खूप महत्त्वाचा आहे, तो कोण्या दुसऱ्याने केल्याने होत नाही तर आपल्याला अगदी मनापासून करावा लागतो. त्यासाठी हवी जबरदस्त ईच्छाशक्ती! प्रेरणा! मेहनत आणि आनंद! कारण ते करताना आनंद होत असेल तर आणि तरच आपण त्यात सफल होतो.

जो निश्चय करून तो पूर्ण करू शकतो तो खरंच आणि खरच आयुष्याला जिंकतो.

जिंकणे किंवा हरणे हे कुठल्याही भौतिक गोष्टीत नाही तर आपल्या स्वतःच्या अस्तित्वाच्या लढाईला तुम्ही कशया पध्दतीने सामोरे जाता यामध्ये असते.

त्यात आपला स्वाभिमान आणि स्वतःबद्दल निर्माण केलेला विश्वास असतो.

मी हेच सांगेन जर अजून नसेल केला तर आजच करा पण नक्की करा तो म्हणजे तुमचा निश्चय!

जो तुमच्या तब्बेतीबद्दल असु शकतो!

तुमच्या मिळकतीबद्दल असू शकतो तर कुणाचा जीवन कसे जगायचे ह्या बद्दल सुद्धा असू शकतो.

निश्चय तुमच्या आयुष्याला ध्येय देईल! स्वप्न देईल! आणि सगळ्यात शेवटी म्हणाल तर काही केल्याचे आणि मिळवल्याचे समाधान देईल.

येणाऱ्या प्रत्येक दिवसाला उत्तम बनवायचे हा निश्चय ही तुम्ही आता करू शकता!

नाही का?

35

विण :-

❧

शेतात एक खुप मोठी विहीर होती आणि त्या विहिरीच्या काठाशी एक झाड उगवले होते. त्या झाडाचा संपूर्ण भाग हा त्या विहिरीच्या दिशेने कलला होता. त्याच्या त्या फांद्यांवर सुगरण पक्षांची अनेक घरटी होती. इतकी सुरेख आणि घट्ट ती घरट्याची विण आणि दिसायला इतके आकर्षक. इतकेच नव्हे तर त्या घरट्याला छोटेसे प्रवेशद्वार पण आतमध्ये त्या पक्ष्यांच्या मानाने भरपूर जागा... इतके मनमोहक दृश्य ते आणि सतत तो सुरूअसणारा चिवचिवाट.

सुगरण पक्षणीने बनवलेले ते घरटे बघता बघतच राहवेसे वाटते तो एक एक काडीचा बनवलेला धागा आणि त्याची एकमेकात गुंफून बनवलेली ती घट्ट विण एक अफाट आर्किटेक्चर आहे.

कोळी आपल्या लाळेतून धागा निर्माण करून तो लांबवर ओढत नेतो. त्याचे एकमेकात गुंफलेले धागे जाळ निर्माण करतात ज्यात तो आपली शिकार करतो.

अनेक कारागीर हे बाबूचे सालं, धाग्यासारखे वापरून त्यातून अनेक कलाकृती निर्माण करतात तसेच शोच्या अनेक वस्तू ज्या रोजनिशी जीवनात वापरल्या जातात.

ही अशी घट्ट एकमेकात गुंफलेली विण ही नात्यात किती सुंदर असते ना? यातील दोरा म्हणजे आपले बंध जे भावनांमधून निर्माण होतात.

दोन मित्र किंवा दोन मैत्रिणी यांच्यातील नाते ज्याला मैत्री हे लेबल दिले असते ते किती सुंदर असते ना? भलेही आई,बाबा, दादा,ताई यांच्यापासून गोष्टी लपल्या जाऊ शकतात पण मैत्रीत नाही. बरं मित्र मैत्रिणी सुद्धा इतके भारी असतात ना की काही झाले तरी आपल्या मैत्रीसाठी खोटे बोलायला तयार. जग इकडचे तिकडे झाले तरी चालेल पण "ये दोस्ती हम नाही छोडेंगे, तोडेंगे दम मगर तेरा साथ ना छोडेंगे" असेच असते. अमिताभ आणि धर्मेंद्र यांनी या गाण्यातून यावर शिक्कामोर्तब केलंच आहे. तर ही जी या नात्यातील विण असते ती प्रत्यक्षदर्शी कोणालाच दिसत नाही पण त्याची पाळंमुळं मात्र घट्ट रुजलेली असतात.

"

वरवर निभावलेली नाती आणि खोलवर रुजलेले बंध यात खूप फरक असतो जो खरे तर प्रत्येकाने अनुभवला असेलच. जे थोपवले जाते त्यात आत्मीयता कमी आणि कर्तव्य जास्ती असते तर ज्यात कोणतेही बंधन नसताना मनापासून करायची ईच्छा आणि तयारी असेल तर मात्र त्याची करतानाची आनंद, समाधान याची पातळीच फार वेगळी असते. जे कर म्हणल्याने केले जात नाही त्यापेक्षाही स्वतःहून केले जाते त्यातील गुणवत्ता काही औरच ठरते. मग हे सगळे घडायलाही लागते ती आपुलकीची,आपलेपणाची विण चं ना?

स्वेटर विणताना जसे एक एक धागा त्याची घट्ट वीण मजबूत आणि सुंदर असे स्वेटर निर्माण करतात आणि अंगात घातल्यावर जशी ऊब मिळते तशीच पण त्याहीपेक्षा मनाच्या जवळ अशी असणारी ऊब ही भावनामधील घट्ट विण निर्माण करते. स्वेटरची ऊब बाहेरून असते पण जी ऊब ही भावनिक बंधातून मिळते ती इतकी आंतरिक असते की तिच्या जोरावर आयुष्य सुद्धा बिना तक्रारीने सरते.

आपण ज्याला जेनेटिक म्हणजेच रक्तामधील आलेले आनुवंशिक गुण म्हणतो तेही विण च नाही का?

ज्या विण अशा नात्यातून येतात किंवा सामाजिक बंधनातून येतात त्या तर दिसून येतातच पण अशाही काही भावनांच्या गुंतागुंतीची विण असतात ज्या दिसत तर नाहीत पण त्यांचे अस्तित्व मात्र सखोल असते.

जसे पक्षाने विणलेल्या घरट्यात तिची पिल्ले आणि ती सुरक्षित असतात तसेच भावनांच्या या घट्ट जुळलेल्या विणेमध्ये आपण स्वतःला सुरक्षित मानतो. खरे तर जगायला फार काही लागतच नाही जर अशी भक्कम विण सोबत असेल तर आयुष्य आनंदाने जाते आणि जे समाधान लाभते ते पराकोटीचे असते.

जिथे तू आणि मी असे असण्यापेक्षा आपण असे असते तिथे हे धागे घट्ट जुळले असतात. जुळण्याच्या या परिभाषेलाच प्रेम हे संबोधन मिळते मग ते कोणत्याही नात्यात असू देत.

एकमेकांत गुंफलेला हात असू देत किंवा मनाची गुंतलेली भावना ती जितकी मनापासून तितकीच त्याची विण घट्ट आणि त्यातील आपलेपणाची ऊब ही सुद्धा घट्ट.

36

ईच्छा आणि जिद्द :-

सुबोध फार हुशार, चुणचुणीत मुलगा ! खूप चिकित्सक बुद्धी आणि कुतूहल कायम नवीन काही शिकण्यासाठी, करण्यासाठी, सतत् प्रश्नांचा भडिमार! असा असा हा सुबोध गहूवर्ण, त्यावर काळेभोर कुरळे केस, हसरा चेहरा, कायम बोलके वाटेल असेच पण त्यात दृष्टी नसलेले त्याचे डोळे. लहानपणापासून आजी आजोबांकडून कथा गोष्टी ऐकल्या आणि त्यातून काहितरी वेगळे बनण्याची त्याची मनिषा! शरीलाला व्यंग हे जन्मतः आले पण मन मात्र उत्साही आणि प्रफुल्लित, त्यामुळे त्याला सतत प्रोत्साहन मिळत राहिले. ब्रेल लिपी द्वारे तो शिकत राहिला आणि आयुष्यात नवीन मार्ग शोधण्याच्या त्याच्या ध्यासात त्याने UPSC हा पर्याय निवडला.

कठीण तर होते पण त्याहीपेक्षा मोठी होती त्याची ईच्छा आणि जिद्द. ज्याच्या भरवशावर त्याने सलग 3 वर्षे मेहनत करून परीक्षा पास केली आणि प्रशासक म्हणून तो कार्यरत राहिला.

व्यक्तीची ईच्छा ज्याला आपण मनिषा म्हणतो, ती जर मनापासून असेल तर कुठलेही व्यंग मग ते आतील असो की बाहेरील दोन्हीवर मात करता येते हे सुबोध ने प्रत्यक्ष करून दाखवले. आयुष्यात रडत बसण्यापेक्षा लढत राहून खुप काही मिळवता येते. ते म्हणले आहेच ना, "खुदी को कर बुलंद इतना कि हर तकदीर से पहले खुदा बंदे से खुद पूछे बता तेरी रजा क्या है"

असा हा सुबोध प्रत्येक व्यक्तीत असणे खूप गरजेचे आहे तर आणि तर प्रत्यक्ष व्यक्ती,समाज आणि देश पुढे जाईल.

मध्यंतरी एक अशीच सत्यघटना सुद्धा वाचली त्याबद्दल तुम्हालाही माहीत असेलच. एक फिलिपिन्स ची 11 वर्षीय मुलगी रेहा बुलोज जिने परिस्थिती वर मात करत पायावर फक्त बँडेज लावून 400, 800 आणि 1500 मीटर धावण्याच्या शर्यतीत गोल्ड मेडल मिळवले. तिची जिंकण्याची मनिषा आणि तिची असीम जिद्द हेच तर तिचे शिल्पकार ठरले ना?

अनेक उदाहरणे आपल्या आजूबाजूला रोज आहेत जी आपल्याला प्रेरणा देऊ शकतात. प्रत्येक व्यक्तीची काही ना काही ईच्छा असतेच. बिना इच्छेचा जगात असा एकही व्यक्ती नाही की ज्याला काही बनायचे नाही किंवा काही करायचे नाही अथवा मिळवायचे नाही. मार्ग वेगळे,परिस्थिती वेगळी, प्रांत वेगळा पण ईच्छा ही नक्कीच असते.

योग्य ईच्छा मागे धावणे खरंच आयुष्याला नवीन दिशा मिळवून देईल. नवीन मार्ग मोकळा करून देईल आणि ध्येयं मिळवून देईल मग त्या रूपाने कीर्ती आणि पैसे हा ओघाने आलाच.

जी मनापासून तळमळून अस्वस्थ करते ती खरी ईच्छा आणि तिला जोड लागते ती जिद्द. मग या दोन गोष्टी तुम्हाला

नक्कीच पुढे नेईल.

आज प्रयत्न केले तर उद्या यश नक्कीच मिळेल. त्याचा ध्यास आणि सातत्य हे अत्यंत गरजेचे आहे.

"जावे त्याच्या वंशा" हे म्हणत पळवाट निघू शकते पण आपल्यातील आपले स्वतःचे काय? दुसऱ्याच्या डोळ्यात धूळ फेकत येईल पण काही न करता मनाला कसे खोटे बोलणार की मी प्रयत्न केले.

चक्र आहे हे! मग त्याला दुष्टचक्र बनू द्यायचे की त्यावर स्वार होऊन जिंकायला पुढे जायचे हे आपल्या हातात आहे.

ती अज्ञात शक्ती जी कायम आपल्या आजूबाजूला वावरत असते जी आपल्या प्रत्येक इच्छेला "तथास्तु" म्हणते मग तिला पण योग्य ठिकाणी तिचा आशीर्वाद देणे हे आपण घडवू शकतो.

लॉ ऑफ ॲट्रॅकशन ज्याला म्हणतात ती हीच ना.

दोन हात,पाय,कान, डोळे एक नाक व तोंड आणि सगळ्यात महत्त्वाची बुद्धी त्याचा योग्य वापर हा आपण ठरवल्याप्रमाणे नक्कीच करता येईल. बुद्धीचा वापर हा जो तो त्याच्या चिकित्सेपणे करतो कोणी जास्त तर कोणी कमी पण सगळ्यांना दिली तर असतेच ना?

"ईच्छा तिथे मार्ग" मग चांगली ईच्छा बाळगून त्याला प्रयत्न आणि जिद्दीची जोड देऊन आपण सगळेच पुढे जाऊयात.

चला मग करू यात "शुभस्य शीघ्रम!"

37

मी पणा :-

आपण सहज म्हणतो "हा माझा मोबाईल आहे याला हात लावायचा नाही!"

कधी अभिमानाने म्हणतो "मी केलंय हे!"

आरशात बघून" मी एकदम छान आहे दिसायला!"

"मला हे सहज जमेल करायला!"

"याची हिम्मत कशी झाली मला असे बोलायला!"

"मला सगळे कळते!"

"मला सगळं येते, उगीच शिकवू नको"असे भाऊ बहिणीला किंवा मित्राला उद्दामपणें म्हणतो.

या सगळ्याचा केंद्रबिंदू आहे तो म्हणजे "मी".

मग हा मी म्हणजे नक्की कोण?

माझा अभिमान, स्वाभिमान की अहंम?

बरेचदा मी पणा हा निरर्थक असतो तर कधी कधी अत्यंत गरजेचा असतो. खरंतर हे व्यक्तीच्या वृत्तीवर ठरते.

असे व्यक्ती आहेत की ज्यांना त्यांनी काही केल्याची जाणीव सुद्धा नसते ती इतराना करवून द्यावी लागते आणि काही काहीच न करता ही स्वतःचा टेंभा मिरवतात.

आपण सगळ्यांनी महाभारतातील एक कथा ऐकली आहे तिचे इथे उदाहरण देतो.

अर्जुनाने एकदा श्रीकृष्णाला विचारले "सगळ्यात श्रेष्ठ दानवीर हे कर्णालाच का म्हणतात? तो एकटाच काही दानधर्म करत नाही मीही करतो."

यावर श्रीकृष्ण फक्त हसले. त्यांनी कर्णाला एक सोन्याचा पहाड दिला आणि एक अर्जुनाला.

अर्जुनाने लगेच गावात दवंडी पिटवली की त्याला दान धर्म करायचा आहे. त्याप्रमाणे लोक आले..अर्जुनाने स्वतःच्या हाताने त्या सोन्याच्या पहाडाचे तुकडे तोडले आणि लोकांना दान केले. ते करतांना त्याच्या चेहऱ्यावर अभिमान झळकत होता. सगळे वाटून झाल्यावर

त्याने श्रीकृष्णाला नमस्कार केला आणि म्हणाला " बघा मी सगळे वाटून दान केले."

श्रीकृष्ण पुन्हा फक्त मिश्किल हसले आणि अर्जुनाला घेऊन कर्ण होता तिथे गेले.

कर्ण त्या सोन्याच्या पहाडाजवळ फक्त उभा होता. त्याने हात जोडून लोकांना नमस्कार केला आणि म्हणाला" हे प्रजाजनो हा सोन्याचा पहाड तुमचा आहे. ज्याला जे जसे हवे त्याने ते तसे घ्यावे." इतके बोलून कोण काय घेईल किती घेईल हा विचार सुद्धा न करता निस्वार्थी पणें तिथून निघून गेला. त्याच्या चेहऱ्यावर कुठलाही अभिमान नव्हता की स्वाभिमान!

हे पाहून अर्जुन मात्र खजील झाला आणि त्याला त्याची चूक कळाली. त्याने श्रीकृष्ण यांना नमस्कार करत "भगवान तुम्ही म्हणता ते खरे आहे, कर्ण महान दानविर आहे. माझ्यातील "मी" ने मला हरवले."

या कथेत बघा नक्कीच "मी" चा अभिमान तुमच्या लक्षात आलं असेल. कर्णाचा नसलेला "मी पणा" त्याला महान ठरवत होता तर अर्जुनाचा हा "मीपणा" त्याला स्वार्थी ठरवत होता.

असे कितीतरी अर्जुन आपल्या रोजच्या बघण्यात, सानिध्यात येतात.

आता हेच बघा या कोविड च्या काळात अनेक लोक जे जमेल ते दान करत होते लोकांना मदत करत होते. पण त्यातले कितीतरी महाभाग त्याचे प्रदर्शन मांडत सोशल मीडियावर पोस्ट करत लोकांकडून वाहवा मिळवत होते. मग त्या दिखाव्यात खरंच काही करण्याचे किंवा केल्याचे निःस्वार्थी भाव होते का?

आणि असेही अनेक आहेत ज्यांनी केले पण या कानाचे त्या कानाला सुद्धा कळू दिले नाही.

श्री रतन टाटा हे एक जाज्वल्य उदाहरण आहे जे आपल्या मिळकती मधील 65 ते 70% वाटा हा दान करतात. इतकेच नाही तर कोट्यवधी रुपये त्यांनी कोविड मध्ये मरण पावलेल्या त्यांच्या कामगार लोकांच्या फॅमिली ला दिले जेणेकरून त्यांचे आप्त आयुष्यात न खचता काही करू शकतील पायावर उभे राहू शकतील.

असे अनेक लोक आहेत ज्यांनी आपल्या मी पणाला धुडकावून लावत फक्त आपला मानवता धर्म निभावला.

मी हे करतो-मी ते करतो हे लोकांना आपल्या कर्तृत्वाने समजणे हे खरे मानस्पद आहे ना की आपणच त्याचा अवडंबर माजवत प्रदर्शन करणे.

या मी पणाच्या पायी अनेक होत्याचे नव्हते झालेत.

अशी ही 'मी' ची बाधा अत्यंत विषारी आहे जी आपल्याला दुर्दैवाच्या फेऱ्यात अडकवते. म्हणूनच आपण आपले कर्म करत राहावे त्याचे फळ तो परमात्मा नक्कीच देईल.

जन्माला आलेला प्रत्येक व्यक्ती हा बिना वस्त्रांचा जन्माला येतो आणि जाताना सुद्धा ते वस्त्र जाळून मगच अनंतात विलीन होतो इतके साधे सोपे निसर्गाचे गणित आहे मग का आणि कशाला हे 'मी' पणाचे अवडंबर? त्यापेक्षा आपण या अर्थाने जगून आणि त्या शब्दाला

जागून जगण्यातील आनंद काही औरच आहे तो अनुभवून बघूयात, खरे समाधान नक्कीच मिळेल.

जागून जगण्यातील आनंद काही औरच आहे तो अनुभवून बघूयात, खरे समाधान नक्कीच मिळेल.

• 95 •

38

आपला मूड आपल्याच हातात:-

"आज माझा जाम मूड गेलाय.. .काही करायची ईच्छा नाही आहे." निलय मोठ्या आवाजात फोन वर बोलत होता...

"आज मला रेस्टॉरंट मध्ये जाऊन चायनीज खायचा मूड आहे..." सविता ने आज घरात जाहीर केले...

"मला मस्तपैकी लॉंग राईड ला जायचा मूड आहे आज..कोण कोण येणार माझ्या बरोबर?" सचिन व्हॉटस ॲप च्या ग्रुप वर सगळ्यांना विचारत होता.

मित्रांनो हा विषय खूप साधा सोपा पण तितकाच महत्वाचा आहे, ज्याला म्हणतात मूड!

अगदी लहान मुलांपासून तर वृद्धांपर्यंत हा शब्द आपण अनेक वेळा ऐकला आहे ' मूड नाही माझा'.

मूड म्हणजे काय नक्की? तो खरच चांगला किंवा वाईट असतो का? त्याचे मुळात अस्तित्व तरी काय?

तर मूड म्हणजे वेगळी काही वस्तू आहे का?

प्रत्यक्षात मूड असे काहीच नसते! असतो तो फक्त विचारांचा खेळ!

प्रत्येक व्यक्ती मग ते अगदी लहान मुलं असो त्याला खाऊ मिळाला नाही किंवा मनासारखे नाही मिळाले किंवा सोबत कोणी खेळले नाही की गेला मूड. त्यांच्या मनासारखे झाले नाही, मग रुसवा आला फुगुन बसला म्हणजे गेला मूड !

माणसाला प्रत्येक गोष्ट मनासारखी हवी आणि नाही झाली की त्याचा मूड बदलतो.

विचारांची शृंखला ही आपण कशी ठेऊ हे बरेचदा आपल्यावर असते आणि कधीतरी आजूबाजूच्या परिस्थिती वर.

पण परिस्थिती आपल्यावर वरचढ व्हावी की आपण त्यावर हे आपण ठरवले तर नक्कीच योग्य असेल.

आजची तरुण पिढी म्हणा किंवा टिनएज त्यांचे तर विश्व वेगळं, त्यात मित्र मैत्रिणी आल्या की सांभाळून घेणे हा प्रकार नसून अपेक्षा ठेवायची आणि ती पूर्ण झालीच पाहिजे हा हट्ट...!

मग काय एकसारखा राहणार सो कॉल्ड मूड!

त्यात जर पेरेन्ट्स ने चांगले काही सुचवले की यांना वाटते हि तर जनरेशन गॅप आहे, म्हणजे हे चूकच आहे आणि आपलं ऐकणार नाहीच मग गेला मूड!

तर प्रत्येकाला आनंदी असण्याचा हक्क असला तरी काही गोष्टी ह्या समजून आणि उमजून घेतल्या तर तर आजूबाजूला पण आनंद पसरेल. आनंद म्हणजे तर आरोग्याची किल्ली आहे हे कायम लक्षात ठेवावे.

मूड या प्रकारच्या नादी लागून आपण आपलं खूप काही गमावतो.

आपले ते क्षण जे दुर्मिळ असतात!

आपले ते जवळचे व्यक्ती आणि त्यांच्या भावना ज्या खऱ्या ठेव असतात ते ही कधी कधी आपण मूड मुळे गमावतो!

मिळणाऱ्या त्या गोष्टी ज्या खऱ्या अमूल्य आहेत पण तो आनंद त्या क्षणाला उपभोगता येत नाही!

मग जर आपण ह्या मूड प्रकाराला जर लांब केले आणि आपली विवेकबुद्धी जागी ठेवली तर योग्य होणार नाही का?

परिस्थिती जरी क्षणात नाही बदलता आली तरी ती सारखी कधीच राहत नाही मग थोडा पेशन्स ठेवला तर नक्कीच त्याचा रिझल्ट चांगला मिळेल.

म्हणूनच मूड ही मनाची एक अवस्था आहे असे मानुयात.

तुमच्या आयुष्यात घडणा-या घटनांमुळे तुमच्या मनात असंख्य भावना उत्पन्न होतात.

आपण आनंदी असतो त्यावेळी आयुष्यातील दुःख विसरुन जाणे आणि दुःखी असताना तुमच्या जीवनात काहीच चांगली गोष्ट घडणार नाही हे फिलिंग येणे म्हणजेच मूड ची अवस्था नाही का.

कामामुळे किंवा कुठल्याही सक्रिय कार्यप्रणाली मध्ये ताण तणाव निर्माण होत असतो आणि हा ताण आपल्याकरिता हानिकारक असतो. यामुळे मूड बदलणे हे सहज घडू शकते अशावेळेस ध्यान आणि योगासने यांची असलेली सवय फार उपयुक्त ठरते.

चला तर मग आपल्या मूड ला आपल्या हातात ठेऊयात!

काळजी करू नका , काळजी घ्या!

39

स्पेशल चाईल्ड :-

मनुष्य जन्म हा खूप योनी मधून गेल्यावर मिळतो असे म्हणतात. कोणी याला पुण्यकर्माचे फळ म्हणतात तर कोणी एक त्या आत्म्याचे नवीन रूप.

जन्माला येणारा प्रत्येक जीव हा आपलें असे एक अस्तित्व घेऊन जन्माला येते. जेंडर प्रमाणे म्हणत नाही मी पण साधारणपणे सुदृढ असे आपण म्हणतो.

त्याला मग नैसर्गिक रित्या जो आराखडा त्या सृष्टीनिर्मात्याने बनवून दिला तो म्हणजे दोन कान, दोन डोळे,दोन हातपाय,एक नाक, त्या चेहऱ्यावर एक जीवणी, हातापायाला पाच पाच अशी प्रत्येकी दहा बोटे असे.

हे बाह्य झाले आणि याच देहात असते ते सगळ्यांचे कंट्रोलर म्हणजे मेंदू आणि जे जीवन असण्याचे प्रतीक दाखवते ते एक हृदय!

साधारणपणे मूल जन्माला आल्यावर हे सगळे तपासले जाते जे खूप नॉर्मल आहे मग त्या बाळाची शुश्रूषा सुरू होते. पण सगळीच बाळे जन्माला येताना नॉर्मल असतात का?

तर याचे उत्तर आहे नाही असे.

बरेचदा काही बाळे जन्माला येताना काही व्यंग घेऊन जन्माला येतात कोणी मूकबधिर असतात तर कोणी थोडी बुद्धीने व्यंग. त्यांना म्हणतात स्पेशल चाईल्ड!

साधारणपणे आपल्या समाजात अशी मुले जन्माला आली की घरचे तर नाराज होतातच पण समाजात सुद्धा त्यांना कमी लेखले जाते! बरेचदा समवयस्क मुलांमध्ये हिणवले जाते.

पण हे योग्य आहे का?

प्रत्येकाला जे जन्मतः मिळते ते जरी त्यांच्या आईवडिलांकडुन मिळत असले तरीही खुप अश्या गोष्टी आहेत की आपण ज्याला 'गॉड गिफ्टेड' म्हणतो.

कोणाला येणारे व्यंग हे काही अपघाताने येते तर कोणाला काही आणखी कारणाने पण त्याला जवाबदार ते स्वतः नक्कीच नसतात. जसा एका नॉर्मल बाळाला जगायचा अधिकार असतो तो त्या बाळाला सुद्धा आहेच ना?

त्यांचं ते हसणं, त्यांचं वागणं हे खरंच खूप निरागस असते. या जगातल्या कोणत्याही व्यवहाराची किंवा त्या स्वार्थी वागणुकीची त्यांना हवाच नसते. मग तो निरागसपणा आपण अनुभवायला हवा आणि त्यांचे ते हसू फुलवायला हवे.

आपण बऱ्याच ठिकाणी बघतो की अशा मुलांसाठी काही वेगळे उपक्रम राबवले जातात. काही शाळा असतात,काही संस्था असतात ज्या त्यांना आणखी काही वेगळे शिकवतात. हा उपक्रम खरंच खूप कौतुकास्पद आहे.

प्रत्येकाकडे काही न काही कला ही असतेच.त्या कलेला ओळखणे, त्याला जोपासणे आणि त्यांना वाव देणे हे खूप जिकीरीचे काम आहे. पण ते होणे पण तितकेच गरजेचे आहे.

आपण या आयुष्याचे, या समाजाचे देणेकरी लागतो मग आपण सगळ्यांनी मिळून ह्यात काहीतरी सहभाग हा घेतला पाहिजे असे मला वाटते.

बरेचदा असे अनुभवले आहे की एखादे मूल असते ज्याला ऐकायला येत नाही बोलतादेखील येत नाही पण त्याचा मेंदू हा प्रचंड तल्लख असतो आणि त्याही परिस्थितीत तो आयुष्य आनंदाने आणि सहज पुढे नेतो त्यांच्यासाठी सुद्धा वेगळी भाषा आहे.

ज्यांना डोळ्याने दिसत नाही ते ब्रेल लिपीच्या साहाय्याने अभ्यास करून आज मोठमोठ्या पदावर कार्यरत आहेत.

हात नसलेला सुद्धा एक उत्तम चित्रकार आहे तर ज्याला पाय नाहीत असा प्रसिद्ध धावपटूही आहे.

निसर्गाने जे कमी दिले त्यावर मात करत ते पुढे जायला बघतात मग आपण का मागे असावे?

ज्या मुलांना बुद्धी ही थोडी कमी आहे ज्यांना आपण स्पेशल चाईल्ड असे संबोधतो. त्यांच्याकडे पण आपल्यासारखे मन आहे भावना आहेत आणि ईच्छा सुद्धा आहेत. फरक इतकाच की त्यांना ते सहजरित्या व्यक्त करता येत नाही! मग आपण त्यांना मदत करू शकतो ना!

जर आपण आपल्या मुलांना लहानपणापासूनच त्याच्याबद्दल एक आपुलकीची, समानतेची भावना शिकवली तर नक्कीच समाजातील विचारपद्धतीत फरक पडेल हे नक्की.

आपल्याला सगळे नीट मिळाले याचे ऋण मानून आणि समजून त्यांच्यासाठी काही करावे ही आपली जवाबदारी आपण ठरवूयात.

सगळ्यात महत्वाचे म्हणजे यांच्या पालकांच्या मनाचा आपण प्रकर्षाने विचार केला पाहिजे. कुणालाच आवडत नाही की आपल्या मुलाला काही म्हणलेले किंवा कोणी नावे ठेवलेली.

त्यामुळे आपण या बाबतीत खूप संवेदनशील राहायला पाहिजे.

अश्या मुलांच्या पालकांच्या बाबतीत आपण सुज्ञ बनून त्यांच्या मनातील भावनेला कायमच सांभाळले पाहिजे.

अशी मुले खूप निरागस असतात कारण ही सगळी तर देवा घरची फुले आहेत.

आपल्या मनातील या विचाराला प्रज्वलित करूयात आणि स्पेशल मुलांना आपल्या योग्य वागण्याने जास्त स्पेशल फिलिंग देऊयात!

40

आपलेपण :-

काही शब्द आपण रोजच्या रोज अनेक वेळा बोलतो पण त्याचे महत्त्व कदाचित लक्षात घेत नाही आणि त्यामुळे त्या शब्दांची अर्थता ओळखण्याच्या मागेही लागत नाही.

आता हे बघा, "आपले" ...हा किती असामान्य अर्थपूर्ण शब्द आहे!

शब्द नव्हे खरं तर हे भाव मनाचे आणि स्वतःचे काही असल्याचे!

हा एक शब्द आहे जो खूप सुंदर, काही जिंकून टाकणारा आणि समोरच्याचे आपल्यातील त्या भावना दाखवून देणारा असतो.

समोरून कोणी म्हणते, "चलं आपल्या घरी!"

"अरे ते आपलंच आहे!"

"आपल्या गाडीतून जाऊयात .."

"अरे, आपले फार्म हाऊस आहे तिथे पार्टी करू..."

" आपले..." कदाचित या शब्दापेक्षा काहीच महत्त्वाचं आणि मौल्यवान नाही.

हे आपलेपण सहज मिळत नाही हेही तेवढेच खरं आहे, ते आपसूक मिळते पण त्यासाठी जी गुंतवणूक लागते ती मात्र तेवढीच खरी आणि भावनिक असते आणि सगळ्यात महत्त्वाचे म्हणजे याचा मूळ पाया आहे तो म्हणजे विश्वास.

नकळत जेव्हा बोलायला सुरुवात होते की "आपण! आपले!" तेव्हा समोरच्याला त्याच्याही नकळत आपण जिंकले असते.

जेव्हा समोरचा त्याच्याही नकळत आपल्यात एकरूप होतो तेव्हा आणि तेव्हाच ही बिरुदे सहजपणे अस्तित्वात येतात.

खूप अनुभवाने बोलतो आहे,कधी वर्षानुवर्ष आपले असे दिखाव्यात दिसणारे मुळात या व्याख्येत कधीच येत नाहीत कारण त्यामागील गाढ अर्थ त्यांना कधीच कळलाच नसतो किंवा त्यामागील स्वीकृती ही मुळात मनातून उगम पावणारी नसतेच. रक्ताने येणारे आपलेपण हे नैसर्गिक आहे पण कुठलेही लेबल नसताना आलेले आपलेपण ही खरी मिळकत असते जी भाग्यानेच मिळते.

आपलं माणूस!

आपलं घर!

चल आपण करूयात!

आपलंच आहे अग ते!

आपल्याला हवे ते!

आपण मिळवू ते!

आपलं जग आहे हे! (प्रत्यक्ष असो की भावनिक)

आपल्या विश्वात!

आपल्या या शब्दाला खूप खोल अर्थ आहे यात जो ज्याचा त्यालाच कळतो. जिथे कळला तिथे नक्कीच त्याचे स्थान हे अभेद्य आहे.

दोन व्यक्ती पासून सुरवात होते ती ओळख, मग मैत्री मग भावना आणि त्यांची गुंतवणूक आणि मग जे निर्माण होतात तेच हे भाव ज्याला 'आपण' किंवा आपलेपण असे म्हणले जाते. यासाठी लागते ती फक्त समर्पित भावना आणि कृती बाकी काहीच गुंतवणूक नाही की काही खर्च नाही.

ज्याला मिळाले तो खरंच भाग्यवान पण ज्याला नाही मिळाले ते खरंच ते मिळवण्यास लायक नसतात असे असते का?

एक आपलेपण या शिदोरीनीशी आयुष्य नावाचा डोंगर सर करता येतो पण ही शिदोरी तुटपुंजी असेल तर?

आज आपण जेव्हा कथा वाचतो, पुराण ऐकतो किंवा इतिहास काही सांगतो तेव्हा आपण सहज म्हणतो की मनातील भाव हे मनात असतात. कोणत्याही अंतराने भाव बदलत नसतात हे खरे आहे पण सत्य परिस्थिती खरंच तशी असते का?

आज तुम्ही हे आपलेपण जे अनुभवता ते जगायचे अमृत आहे आणि मग जर ते कोणत्याही अंतराने दुरावले तर खरंच काही फरक पडत नाही असे असते?

ना ना विचार! ना ना मतं आहेत पण मी तर म्हणेन प्रत्येक उत्तर हे ज्याच्या त्याच्या परिस्थिती वर अवलंबून आहे कारण ती प्रत्येकाची परिस्थिती वेगळी असते.

मनातील प्रेम, उत्साह, आनंद हा खुपदा समोरच्याच्या आपल्या प्रति वागण्यावर आपल्याला मिळणाऱ्या प्रतिसादावर निर्माण होतो मग ती कायम भावना जरी असली तरी ते अंतर हे खंत नक्कीच निर्माण करते मग ते मान्य करा किंवा अमान्य.

माझ्याकडे येणारी लोकांचे प्रॉब्लेमस हे खूप वेगळे वेगळे असतात पण त्याचे जास्तीत जास्त ल मूळ हे भावनिक असते.

देणं आणि घेणं हे जेव्हा व्यवहारापेक्षा व्यक्तीत आणि समर्पित भावनेत होते तेव्हा खरे अर्थ निर्माण झालेले असतात आणि ते आजन्म असतात.

आयुष्यात कोणतेही नाते असो आई,वडील,भाऊ बहीण, नवरा,बायको,मित्र मैत्रिणी हे सगळे कुठे ना कुठे काही वेगवेगळ्या अर्थाने देणे आणि घेणे यावरच असते म्हणजे बिन

व्यवहाराचे जगात असे काहीच नाही. मान्य आहे पण ते व्यवहार कोणत्या पातळीवर आहेत हे जास्ती महत्वाचे नाही का? त्याचा अर्थ हा मनापासून जोडलेला असेल तर जो व्यवहार असेल की आपली स्वीकृती असेल आणि समजलेली व स्वीकारलेली जवाबदारी हे मात्र नक्कीच ओळखता आले पाहिजे. मी पुन्हा हेच म्हणेन की त्याचे त्यालाच माहिती पडेल हे.

बरेचदा वरवर केलेलं हे फार काळ टिकत नाहीच.

मी असेही पाहिले की दोन व्यक्तींमधील वाद, भांडणे ही सुद्धा प्रेम आणि काळजी याचे फलित असते.

विषय खूप खोल आहे.... म्हणतात ना जशी समुद्राची खोलवर असलेली पातळी मोजणे खुप कठीण आहे तसेच हे प्रेम आणि आपलेपण मोजणे त्याहून कठीण!

न मोजलेलेच बरे, कारण ते मोजत बसण्यापेक्षा हा आपलेपणाचा अनुभव घेत क्षणाचे सोने करणे हे जास्ती छान आहे.

हे क्षण म्हणजे आयुष्याची शिदोरी जी जगायला बळ देते आणि येणाऱ्या प्रत्येक परिस्थितीसोबत मुकाबला करण्याची ताकद.

ज्यांना हे आपलेपण मिळाले आहे त्यांनी त्याची कदर करा ते मनापासून उपभोगत आयुष्याचे उंच डोंगर सहज सर करा.

41

प्रवास का करावा?

प्रवास! अहाहा किती छान कल्पना! मी तर म्हणेन त्याहीपेक्षा घडणारी कृती-जी देते आनंद! समाधान! चेंज! आणि त्याही पलीकडे मिळते नवनवीन माहिती मग ती भाषा असते, संस्कृती असते आणि मग त्यामधून आपले ज्ञान वाढते आणि आपण आणखी प्रगल्भ बनतो.

माझा एक मित्र खूप अतरंगी आहे! प्रवास हे त्याचं पॅशन आहे जणू. कितीही दमलेला असो अथवा थकलेला पण प्रवास हा शब्द उच्चरला की त्याची बॅटरी एकदम चार्ज!

हा माझा मित्र म्हणजे एक चालते फिरते गूगल आहे. तुम्ही फक्त ठिकाणचे नाव उच्चरले की झाले!

पुढचा सगळा विषयाचा ताबा हाच घेणार, मग ते ठिकाण म्हणू नका की त्या ठिकाणचे ऐतिहासिक महत्व मग तिथली भौगोलिक परिस्थिती आणि संपत्ती याची माहिती इत्यंभूत मिळणारच.

कसे जायचे, कोणता रूट सोपा मग तेथील निसर्ग कसा हे सगळं तुम्हाला बसल्या जागी कळणार...

या त्याच्या छंदामुळे तो प्रचंड समृद्ध झालाय तो त्याच्या विचारांनी, त्याच्या ज्ञानात पडलेल्या भर यामुळे.

या सगळ्यांचे श्रेय तो प्रवासाला देतो...खरंच प्रवास हा करावाच!

आपल्या दैनंदिन जीवनात आपण खूप व्यस्त असतो, एक जणू मशीन म्हणून बरेचदा जगत असतो. त्यात छंद मागे पडतात, आवडीनिवडी मागे पडतात आणि राहते ते फक्त एक रुटीन ज्यात आपण खूप भरडले जातो.

मग याच सगळ्या मध्ये जर आपण थोडा प्रवास केलात आपल्या आवडत्या ठिकाणी गेलात किंवा नवीन प्रदेश पादाक्रांत केलात तर खरं सांगतो, त्यापेक्षा सुख नाही.

कारण एक नवीन ठिकाण तुम्हाला खूप काही देत असते.

तिथली संस्कृती, नवीन भाषा, तिथला वेष, तिथला परिसर, तिथली माणसे हा सगळा अनुभव तुमच्या आयुष्यात नवीन भर घालतो आणि तुम्हाला खूप काही शिकवून जातो.

ह्या सगळ्या चेंज मध्ये तुम्ही तुमचे महत्व स्वतःला नव्याने समजावून देऊ शकता. स्वतःची परीक्षा सुद्धा घेऊ शकता आणि सगळ्यात महत्त्वाचं म्हणजे नवनवीन अनुभव घेता.

ते रुटीन लाईफ ब्रेक होऊन तुम्ही नव्या दमाने ताजे तवाने होऊन नव्याने विचारसरणी सुरू होऊ शकते. ते विचार तुम्हाला आतून आणि बाहेरून संपूर्ण बदलून टाकू शकते आणि आयुष्य काय हे समजावून तुमचा आनंद तुम्हाला मिळवून देऊ शकते.

प्रवास तुम्हाला तुमच्याच आवडीची नव्याने ओळख करून देतो. तुम्हाला नवीन जीवदान मिळवून देतो

नवीन चैतन्य निर्माण करवून देतो! व्यक्तीला समृद्ध बनवतो! नवीन कलागुणांमध्ये वाढ करवतो! व्यक्तिस्वातंत्र्य मिळवून देतो!

नव्याने जगायला प्रवृत्त करतो!

नवीन बंध निर्माण करतो!

असा हरहुन्नरी व्यक्तीमत्व देणारा हा प्रवास आयुष्यात सुगंध निर्माण करतो.

मी मी म्हणणारा सुद्दा स्वतःच्या मी पणाला विसरून जगायला शिकतो.

आणि प्रवास केला की शॉपिंग करण्याची पण तुमची ईच्छा तुम्ही पूर्ण करू शकता बरं का!

नुकताच मीसुद्धा या शहरी जनजीवनापासून दूर असे काही क्षण या निसर्गाच्या कुशीत विसावून आलो. त्या ओल्या मातीचा सुगंध, त्या निसर्गाची हिरवळ, तो गालीचा डोळ्यांना सुखावून गेला.

कानाला ऐकायला मिळाली ती पक्ष्यांची किलबिलाट, श्वास घेतला तो शुद्ध रम्य वातावरणात!

हे सगळे मला दिले ते माझ्या प्रवासाने! संजीवनीच म्हणा ना!

हनुमानाने कोण्या क्षणी संजीवनी आणुन लक्ष्मणाचे प्राण वाचवले, पण आपण प्रवास नावाची संजीवनी आपल्याला हवे तेव्हा अनुभवू शकतो आणि आपल्या स्वतःलाच पुनर्जीवन देऊ शकतो, नाही का!

मित्रांनो खूप प्रवास करा! स्वतःला ताजे तवाने ठेवा आयुष्य ऊपभोगा ते जगा!

नवीन अनुभव घ्या आणि आनंदी राहा.

प्रवास माणसाला खूप काही देतो याचा स्वतः अनुभव घ्या...आहे का तुमचा ही असा काही अनुभव?

42

संकल्प किंवा रिझोल्यूशन :
-

नवीन वर्षाच्या सुरुवातीला नवीन संकल्प करणे, ही कन्सेप्ट फार आणि फार कॉमन झाली आहे.

खरं तर एखादी गोष्ट मनावर घेतली आणि ती पूर्ण करायचा ठाम निश्चय केला तर त्याला म्हणतात संकल्प! त्यासाठी कोणताही मुहूर्त असण्याची किंवा शोधण्याची गरज आहे का?

नवीन वर्ष सुरू होणार, मग मी अमुक करणार,मी तमुक करणार (पार्टी होईस्तोवर इफेक्ट) हे कितपत योग्य?

खरंच जर काही करायचे असेल ना, तर त्याला कुठलाही मुहूर्त लागत नाही मित्रांनो!

माझे सांगणे हे एक वाचक म्हणून मनावर घ्या आणि नीट विचार करा.

आतापर्यंत मी 'मन' या विषयावर प्रत्येक वेळी फोकस करून सांगत आलोय कारण 'मन' हेच सर्व गोष्टीचे ईच्छा, अपेक्षा, व्याप या सर्वांचे मूळ आहे हे कितीही नाकारलेत तरी सत्य आहे.

ही एक अकारण लावलेली पद्धत झालीय जणू की 31 डिसेंबर म्हणजे म्हणजे नवीन रिझोलुशन्स ठरवण्याचा मुहूर्त!

हे नक्की काय आणि का???

संकल्प हा विचारांनी असतो! संकल्प हा कृतीसाठी असतो! संकल्प हा चांगल्या कार्यासाठी असतो! संकल्प हा काहीतरी नवीन करण्यासाठी, घडवण्यासाठी आणि उत्कर्षासाठी असतो.

उत्कर्ष हा भविष्य घडवतो आणि सक्सेस देतो तो वैयक्तिक असो की इतर कुठला..

कुणाला निरोगी तब्बेत हवी, कुणाला नवीन व्यवसाय करायचा, कोणाला कुठली चुकीची सवय बंद करायची तर कुणाला आणखी नवीन काही करायचे!

हा सगळा उपक्रम हा खरच वाखाणण्याजोगा आहे मग त्यासाठी अमुक किंवा तमुक दिवसच का? 'जब जागो तब सवेरा'!

मग उठा लवकर, घडावा भविष्य! चालू नका तर धावा! पळायला लागा, कारण जितक्या लवकर तुमचे लक्ष गाठाल ते असेल सेलिब्रेशन. हे सेलिब्रेशन म्हणजे जिंकणे! स्वतःला! मनाला! आणि आयुष्याला!

सुखी व्यक्ती म्हणजे सुखी परिवार,

सुखी परिवार म्हणजे सुखी समाज म्हणजेच सुखी राज्य आणि देश! तुमच्या आनंददायी आयुष्यासाठी अनेक शुभेच्छा!

43

कसे असावे नाते ?:-

नाते हे भावनांनी बनलेले असते, त्यात मन गुंतलेलं असते. मग जिथे भावना आल्या, मन आले आणि त्यामुळे आलेली समर्पिकता याला खरंच आणि खरंच कुठल्याही नावाची किंवा लेबल ची गरज आहेच का?

आपल्या आजूबाजूला अशी कित्येक नाती आहेत की ज्याला नाव आहे पण त्यात ओलावा नाही ती फक्त नावालाच आहेत मग त्याला नाते म्हणणे हे योग्य का अयोग्य?

नाते हे फुलत जाते, ते गुंतते आणि गुंतवत ही जाते, कधी कसे हे कळत सुद्धा नाही आणि जेव्हा ते लक्षात येते तेव्हा नकळत अपेक्षा निर्माण होतात पण बंधन नाही.

बंध जुळतात ते मनाचे!

बंधन निर्माण झालेच तर ते आपण स्वतःला घातलेले असतात कारण आपण समर्पित झाले असतो.

खऱ्या भावनांना नावाची गरजच पडत नाही.

एखाद्यात जीव गुंततो..एखाद्याचे वेड लागते म्हणजे तरी नक्की काय तर त्या व्यक्तीचा कायम विचार मनात असतो, त्या व्यक्तीची कायम काळजी वाटते, त्या व्यक्तीच्या सुखासाठी आनंदासाठी आपण प्रयत्न करतो मग त्यात वाईट ते काय ?

एखाद्या प्रिय व्यक्तीच्या उत्कर्षासाठी स्वतःला वाहून दिले तर यात कुठला स्वार्थ आला?

आनंद असतो तो त्या व्यक्तीच्या सहवासात! आनंद असतो तो त्या व्यक्तीच्या सोबतीत!

सुख समाधान असते ते त्या व्यक्तीच्या सोबत असण्यात!

आनंद असतो तो त्या व्यक्तीने स्वीकारले ह्या भावनेत,

नात्यात कधी देणे किंवा घेणे असे कधीच नसते ते दोन्ही व्यक्तींने स्वनिर्णयाने एकमेकांना समर्पित होणे ह्याला कदाचित प्रेम म्हणतात.

शब्द असोत अथवा नसोत, डोळे बोलतात, भाव सांगतात आणि कृती करून दाखवते.

आनंद त्यालाच द्यावासा वाटतो जो जवळचा वाटतो कारण या सगळ्यामधे जे सतत कार्यरत आहे ते मन... जे दिसत नाही पण सगळ्याचेच मुळ ते आहे.

ती अशी किंवा तो तसा हे बोलणे सोपं आहे पण तो कसा हे तिला आणि ती कशी हे त्याला माहिती असते म्हणून तर जे अबोल असते, त्याचे पण अस्तित्व असते!

मान्य असते ते मन, ते स्वप्न, ती भावना, ती सोबत आणि तो सहवास ज्याची बरोबरी कुठेच आणि कशीच आणि कोणत्याही वस्तूसोबत ही होतच नाही.

वस्तू, पैसे हे क्षणभंगुर आहे, वास्तव सत्य हे सगळं त्या भावना आहेत, जे प्रेम आहे आणि एकमेकांचा जसा आहे तसा केलेला स्वीकार असतो!

एकमेकांना अलिखित स्वीकारणे यापेक्षा खोलवर आणखी काही असूच शकत नाही कारण त्यामागे कुठल्याही स्वार्थाची भावनाच नसते.

तो विश्वास पराकोटीचा असतो, ती स्वतः स्वीकारलेली जवाबदारी असते जी पूर्ण केली तर आनंद आणि नाही केली तर प्रत्यक्ष जाब विचारणारा कोणीच नसतो.

हे सगळं त्या भौतिक जगाच्या फार आणि फार पलीकडील आहे. ज्याचे त्यालाच हे कळते हे नक्की!

पण ज्याला हे कळतं तो खरंच नशीबवान असतो.

जे नाते नैसर्गिक स्वरूपात फुलत जाते त्याने सगळ्याच कृत्रिम सीमा या कधीच पार पाडलेल्या असतात कारण त्यात केवळ एकच भावना रुजू असते ती म्हणजे आपल्या व्यक्तीला सतत आनंदी ठेवण्याची!

नाते कसे असावे... तर नाते हे कृत्रिमतेच्या व्याख्याच्या खूप पलीकडचे...पूर्णपणे नैसर्गिक...नाही का?

44

पोकळी:-

प्रत्येकाच्या मनात आणि विचारात खूप वेगवेगळे कप्पे असतात. मग त्यात प्रत्येकाची आपली अशी एक जागा असते, त्यांचे महत्त्वही वेगळे असते.

त्यात व्यक्ती असतात, विचार असतात, त्यांचे छंद असतात. पण तरीही असे कोणी असेल का त्यांच्या मनाच्या कुठल्यातरी कोपऱ्यात पोकळी नाही?

असे असतेच! कितीही परिपूर्ण असले तरी कुठली तरी पोकळी ही प्रत्येकाच्या मनात असते.

जिथे अपेक्षा पुऱ्या होत नाहीत तिथे निर्माण होते ती पोकळी म्हणजे एक रिकामा कोपरा!एक सलं! एक वेदना जी त्रास देते.

कधीतरी कुठेतरी काही आठवणी असतात ज्या आपले असणे याची जाणीव करून देतात तर कधी कुणाचं आपल्यासोबत नसणे ह्याची सुद्धा जाणीव करून देत असतात....

मग त्या क्षणात जाणीव होते ती त्या रिक्ततेची, त्या हरवलेल्या संवेदनांची आणि त्यातूनच निर्माण झालेल्या पोकळीची.

बरेचदा आपण सगळ्यांसोबत असतो मग ते मित्र असोत, मैत्रिणी असोत, नातेवाईक असोत की आणखी कोणी, पण तो गोंगाट सुद्धा आपल्याला आनंद देत नाही कारण आपल्या मनातली चलबिचल आणि विचार.

मी असेही काही व्यक्ती बघितले आहेत की क्षणात ते एक बोलतात तर दुसऱ्या क्षणी एकदम वेगळेच काही!

प्रत्यक्षात करत असतात तिसरेच आणि मनाशी आणखी एक वेगळी आखणी असते.

शेवटी कोणत्याही परिस्थितीत मध्ये माणसाचे मन स्वस्थ असेल तर हे सगळे हाताळले जाऊ शकते.

मी माईंड मॅपिंग करतो कारण मन जाणून घेता आले तर कुठल्याही वेगळ्या थेरपी ची गरज पडत नाही.

आपण आपल्या जीवनात खूप वेगळ्या नातेसंबंध यामधून जातो. प्रत्येक वेळी नवीन प्रवास, त्यातील नवीन प्रवासी, आणि मग सुरू होतो तो लपंडाव भावनांचा आणि मनाचा त्यावर मात करते ती परिस्थिती.

प्रत्येक जणांची प्रत्येकाकडून वेगवेगळ्या प्रकारची अपेक्षा आणि ती पूर्ण न झाल्याने दुःख होऊन निर्माण होतो तो एक रिक्तपण ज्याला आपण म्हणू शकतो पोकळी.

पण ती कायम तशीच राहते का?

मी तर म्हणेन नाही! प्रत्येक जखमेला औषध असतेच तसेच प्रत्येक वेळी ते भरायला काही तरी नक्कीच आपल्या आजूबाजूला अस्तित्वात आहे हे नक्की.

फक्त ते जाणून आपलेसे करून मनापासून प्रयत्न करणे गरजेचे.

व्यक्ती बदलेल, परिस्थिती बदलेल तसेच आपण प्रयत्न केला तर आपण सुद्धा हि पोकळी भरून काढू शकतो हा विश्वास हा मनापासून ठेवा.

शरीरातील पोकळी ही ऑपरेशन करून भरून काढता येते पण मनाची पोकळी ही अलगद, अगदी हळुवार भरावी लागते. कधी कधी अचानकपणे आपल्या नकळत कोणीतरी ते करतही असते पण याची जाणीव होणे याला काही काळ लागतो.

मन हे सगळ्यांचे केंद्रबिंदू आहे हे मी कायम म्हणतो ते यासाठीच. जेव्हा आपण स्वतःला विचारांनी खूप त्रास करवून घेतो त्यावेळी त्या रिक्तपणाची सतत जाणीव होते पण तेच आपण जर त्यावर उपाय यासंबंधी विचार केला तर जगणे सहज सोपे होईल.

आपण एकटे जगतो हे जरी खरे असले तरी आपला व्याप हा मोठा असतो.आपल्या सोबत प्रत्यक्ष आणि अप्रत्यक्षपणे बरीच लोक अवलंबून असतात ती आपली जवाबदारी नाही का? जे आहे त्याकडे दुर्लक्ष होणे हे कितपत योग्य?

माणसाचा प्रत्येकाचा एक भूतकाळ असतो, वर्तमान असतो आणि त्याहीपेक्षा महत्वाचा असतो तो भविष्यकाळ.

सहज आणि सोप्या भाषेत सांगायचे म्हणजे, भूतकाळ हा होऊन गेलेला त्याला आपण काही करू शकत नाही पण जो आपला आज आहे ज्याला आपण वर्तमान म्हणतो तो सगळ्यात महत्त्वाचं नाही का?

आपल्या उज्वल भविष्याची बीजे आपण याच वर्तमान मध्ये पेरली तर सुवर्ण काळ येणार आहे हे लक्षात ठेवले पाहिजे...

म्हणजे भविष्यकाळ हा भूतकाळात कोणती पोकळी आयुष्यात होती हे पण विसरवून टाकेल.

मी तर म्हणतो की मनातील त्या दुष्टचक्रात अडकून पडण्यापेक्षा आजूबाजूला बघितले तर आपण त्यापेक्षा कुठेतरी सुखी आहोत याची जाणीव होईल.

आपण आठवणीत कुढत बसतो पण त्याच आपल्याला कायम सोबत करून चांगले काही केले याची पण जाणीव करून देऊ शकतात.

फरक असतो विचारांच्या पद्धतीचा. तीच पोकळी जर विचारांचा दृष्टिकोन बदलला तरी भरून येऊ शकते.

आपण आपल्याला त्याच आठवणीतून नवीन स्फूर्ती मिळवू शकतो स्वतःला त्यातून पुन्हा नव्याने घडवू शकतो कारण विषयांवरील संवाद कधीच संपत नसतो त्यातला आशय लक्षात घेतला की सगळे जुळून येते.

कुठल्याही पोकळीवर मात करायला तुम्ही समर्थ असता फक्त ठरवा मनापासून की तुम्हाला ह्या पोकळी नष्ट करून जीवनात परिपूर्णता आणायची आहे, आणि मग बघा कमाल!

45

अमृतः-

'सोनल' खूप शांत बसून होती,काही केल्या कोणाशी बोलणें नाही, नेहमी चालणारे फोन नाही की गाणी नाही.. काहीच नाही. तिला काय झाले हे नक्की कळत नव्हते शेवटी तिच्या आईने तिच्या मित्राला 'आदित्य' ला फोन केला.

थोड्या वेळाने आदित्य आला... नेहमीप्रमाणे बेल वाजवली तर दार कोणी उघडेना मग त्याने खिडकीच्या आधाराने भिंतीवरून... मग आंब्याच्या झाडावरून टेरेस वर माकडसारखी उडी मारली.. त्याला लागूनच सोनल ची रूम होती हे त्याला माहित होते, दबक्या पावलाने तो तिथे गेला आणि सोनल ला एकदम 'भो' करून दचकवले तर तिची काहीच प्रतिक्रिया नाही.

तिच्या खोड्या काढत, तिला थोडं खुलवत, मध्येच तिचे कौतुक करत त्याने हलकेच तिला बोलते केले. तेव्हा त्याला कळले की खरी मेख काय आहे त्या शांतपणाची!

स्वतःबद्दलचा,परिस्थितीचा, जो चुकीचा विचार ती करत होती आणि आपल्याला पुढे शिकायला परदेशात जाता येईल की नाही या काळजीपोटी ती शांत आणि चिंतित झाली होती.

मग सत्य परिस्थिती काय, तिचे विचार कसे योग्य की अयोग्य हे तिला दाखवत अगदी खेळकर पणाने वागवत आदित्यने तिला निश्चिन्त केले आणि तिच्या विचारांना मोकळे केले व नवी दिशा दाखवली.

ते त्याचे बोलणे, समजावणे हे 'अमृत' नाही का? ज्याने सोनल ला संजीवनी मिळाली...चिरायू होणारे अमृत नसले तरी पण जगण्याची दिशा आणि उत्साह निर्माण करणारे अमृत तर त्याने तिला दिले!

हे 'अमृत' ज्याबाबद्दल आज मला बोलावेसे वाटते आहे, म्हणतात जो अमृत प्राशन करतो त्याचा मृत्यू न होता तो 'अमर' होतो.

जे संजीवनी देते ते अमृत!

खरे का हे?

आणि काय मिळणार त्या अमरत्वाने?

हे अमृत म्हणजे नक्की काय?

जगण्यासाठी अमरत्व हवे, मृत्यू टळावा यापेक्षा आणखी काहीतरी नक्कीच मोठे असू शकते असे मी कायम म्हणतो.

माणूस जन्माला आला की त्याच्यामागे व्याप, ताप, कर्तव्य हे लागूनच आलेत पण त्यासोबत त्याला जे सगळ्यात मोठे गिफ्ट मिळाले ते म्हणजे त्याची 'वाणी'.

ज्याला आपण 'अमृतवाणी' सुद्धा म्हणू शकतो.

जी संजीवनी देते, जगण्याला आधार देते,सोबतीची भावना निर्माण करते ती ही वाणी. मग ते अमृत जर या वाणीद्वारे कार्यरत असेल तर सोन्याहून पिवळे.

समुद्रमंथनाच्या वेळी सुर आणि असुर यांच्यामध्ये घमासान युद्ध झाले ते अमृत मिळावे म्हणून. ज्याला अमृत मिळेल तो वरचढ होईल आणि चिरंजीवी ठरेल यासाठी ही चढाओढ सुरू होती..

त्यातून जे हलाहल निर्माण झाले त्याचे प्राशन केले ते मात्र भगवान शंकर यांनी.

या चढा ओढीत आणि वर्चस्वाच्या प्रयत्नात सृष्टीची हानी होऊ नये म्हणून पुढाकार घेतला तो भगवान शंकर यांनी...

आता हे बघा, एखादी व्यक्ती जी जीवनात सगळ्यात जवळची असते, मग आनंद साजरा करावा तर तो त्याच्या असण्यानेच!

सुख, समाधान वाटावे ते त्याच्या अस्तित्वानेच!

दुःख वाटले तर रडावे त्याच्याच जवळ आणि मनाची कुचंबणा व्यक्त व्हावी ती फक्त त्याच्याच जवळ!

मग त्या व्यक्तीचे अस्तित्व हे जगण्याचे 'अमृत' नाही का? ज्याचे अस्तित्व जगायला शिकवते, जिवंतपणा आणते ते 'अमृत'!

एखाद्या व्यक्तीचे बोलणे, त्याचे समजावणे, त्याच्या चेहऱ्यावरील भाव, डोळ्यातील ते प्रेम, ती आत्मीयता, ती तडफड तो जिवंतपणा हे सुद्धा 'अमृत'च नाही का?

संवाद हा सगळ्या नात्यांचा बेस हे मी कायम म्हणत असतो. नाती ही जीवनातील संजीवनी, मग संवाद हे जगण्यासाठी लागणारे 'अमृत' नव्हे का?

पैसे आहे, संपत्ती आहे, गाडी आहे, बंगला आहे पण आत्मीयतेने बोलणारे आणि जीवांची दिशा दाखवणारे सोबत करणारे व्यक्ती आणि त्याची ती वाणीरुपी अमृताची बरसात आयुष्यात नसेल तर ते आयुष्य तरी कसे जगायचे.

प्रत्यक्षात ज्या अमृत कलशासाठी इतिहास घडला त्याबद्दल तर माहीत नाही पण हे जे अमृतरुपी विचार आणि वाणी आपल्याला लाभले आहेत त्याचा मात्र आपण नीट विचार केला पाहिजे... त्याचे अस्तित्व ओळखून जगायला शिकले पाहिजे.

म्हणतात खूप योनीतील प्रवासानंतर मनुष्य जन्म मिळतो मग त्याचे महत्व, कर्तव्य हे फक्त स्वार्थासाठी नसावे?

जे मिळाले आहे त्यातील आनंद टिकवण्यासाठी, त्यामुळे कोणाचे भले करण्यासाठी आणि आत्मिक समाधानासाठी आपण आपल्यातील अमृत रुपी कुंभाला ओळखले पाहिजे....

मुळात 'अमृत' हे प्रत्येकाला मिळाले आहे, पण त्या बरोबर मिळाला आहे हव्यास! त्याची योग्य सांगड घालता येणे हे शिकणे गरजेचे.

अमृत हे असे वेगळे काही नाही पण चांगलं करण्याची आपली ईच्छा....आपली एखादी कृती आपल्याच नकळत दुसऱ्याला खूप काही देऊन जाते मग ते त्या व्यक्तीला ते अमृत पेक्षा वेगळे नक्कीच भासत नाही.

ज्यामुळे नक्कीच आयुष्यात काही चांगले करता येईल आणि आयुष्य घडवता येईल असे वाचा, वाणी, विचार हे सगळे अमृत रुपी सार वाटतात..

स्वतःमध्ये नीट झाकून पहा आणि ओळखा की तुम्हा प्रत्येकाजवळ नक्कीच काहीतरी विशेष आहे जे कुठल्या 'स्वर्गीय अमृत' पेक्षा कमी नाही...यावर माझा ठाम विश्वास आहे.

तुमचा आहे का?

46

वेगळे बंध हे:-

कोण कधी कुठे आणि कसे भेटेल हे ठाऊक नसते पण त्या विधात्याने कुठेतरी सगळं लिहून ठेवले असते ज्याप्रमाणे आपल्या आयुष्याचा टप्प्यावार आपल्याला लोक भेटत असतात. प्रत्येक व्यक्ती ही आपल्याला खूप काही शिकवत असते. प्रत्येक अनुभव नवीन असतो कारण व्यक्ती तितक्या प्रकृती म्हणतात ना!

प्रत्येकाचा स्वभाव वेगळा, त्याची वृत्ती वेगळी, त्याच्या ईच्छाअपेक्षा वेगळ्या, निर्माण झालेले बंध वेगळे आणि मग बनतात नवीन कथा! मिळतात नवीन अनुभव!

काही अनुभव तारून नेतात तर काही यातना देतात!

काही आपल्याला घडवतात तर काही आयुष्यभराची शिकवण देतात!

काही बालिश पणे जगायला प्रवृत्त करतात तर काही एकदम प्रौढ बनवतात!

काही खुलवतात तर काही बुडवतात!

काही आपलाच आपल्याला नव्याने परिचय करवून देतात!

काही नवीन बंध निर्माण करून घट्ट असे बांधतात!

काही तुम्हाला पुढे नेतात!

असे अनेक अनुभव येत असतात, मी तर म्हणेन विविधरंगी अनुभव येतात ते म्हणजे आयुष्य!

प्रत्येकाचे भेटणे हे ठरलेलं असते. म्हणतात ना सगळे लिहून ठेवलेले आहे तुम्हाला फक्त वाट पाहायची असते ते घडण्याची!

खरं तर आपलं जन्माला येणं सुद्धा आपल्या हातात नसते.

कोण, कधी, कुठे कोणत्या घरात, धर्मात, गावात जन्माला येईल हे कोणालाच माहीत नसते पण तरीही आपण मिळालेला जन्म हा आनंदाने स्वीकार करतोच ना!

जे जन्माने मिळते ते नाते असते रक्ताचे, पण जे आपल्याला आपल्या नशिबाने मिळतात ते बंध तर विधिलिखित असतात.

मित्र, मैत्रीण, शिक्षक, शेजारी, असे अनेक लोक जसजसे आपण मोठे होतो तसतसे आपल्या आयुष्यात स्थान निर्माण करतात.

काही निरंतर सोबत असतात तर काही मध्येच आपला श्वास सोडतात पण जे टिकून राहतात ते आपले भक्कम असे विश्व निर्माण करतात ज्यात आपले स्थान हे विशेषपणे निभावतात.

एक अनुभव म्हणून सांगू इच्छितो!

मी शाळेत असताना अनेक मित्र भेटले, सोबती होते पण त्यातून एक असा भेटला की तो भक्कम स्थान निर्माण करून आजही आहे वास्तविक पाहता आमचा संबंध आला तो फक्त 1 वर्ष!

त्यानंतर जवळजवळ 20 वर्षे आम्ही एकमेकांच्या संपर्कात होतो ते पण अगदी क्वचित पण आठवणीत मात्र कायम!

जेव्हा 20 वर्षाने प्रत्यक्ष भेटलो तेव्हा हात मिळवू की घट्ट पकडू त्याला, काय करू हे कळत नव्हते पण चेहऱ्यावर चा आनंद मात्र ओसंडून वाहत होता.

अगदी एका क्षणात ती मधली 20 वर्षे वाऱ्यासारखी निघून गेली आणि आम्ही पूर्ववत गप्पा मारत गंमत जंमत करत किती तास घालवले हे जेव्हा कुणी एका तिसऱ्या व्यक्तीने हटकले की चला जेवायचे का ते तेव्हा कळले.

त्या भेटीत बोलायचे विषय हे काही जुने, काही नवीन, काही पुढील प्लॅन्स असे होते पण तो 20 वर्षाचा काळ आमची भेट आणि भावना बघून पळून गेला तोही एका क्षणात!

सगळ्यात महत्त्वाचे हे होते की आम्ही 20 वर्षापूर्वी जिथे थांबलो होतो तिथूनच 20 वर्षांनी सुरवात केली आणि अगदी विनापाश!

याला काय म्हणावे मग!

भेट होणे हे कुठल्यातरी अर्थाने लिखित असते. जर त्यात काही अर्थ नसता किंवा त्यात काही प्रयोजन नसते तर कुणीही कधीही भेटले असते मग ते अमुक आणि तमुक वेळीच का घडते?

कधी कधी आपण एकमेकांच्या सोबत सुद्धा खूप काळ असतो पण नेमके काही असे हे त्यावेळी नाही तर नंतर घडते. मग त्यामागे ते घडण्यामागचे प्रयोजन काही तर असणारच ना!

जसा जन्म आपल्या हातात नाही तसाच मृत्यू सुद्धा त्या विधात्याने आपल्या अखत्यारीत ठेवला आहे. थोडक्यात काय तर आपण फक्त आपले रोल निभावत असतो. आपली ही सगळी स्टोरी आधीच लिहिलेली असते आपण फक्त अभिज्ञपणे कार्य करत असतो.

त्या विधात्यावर विश्वास ठेवून पुढे जाणे हेच आपल्याला करावयाचे असते मग तुमचा मार्ग सुखकर होतो.

योग्य व्यक्ती भेटणे हे जितके गरजेचे तितकेच ते ओळखणे हे सुद्धा महत्त्वाचे असते.

आपण खूप वेगवेगळ्या कथा ऐकतो,बघतो तर बरेचदा अनुभवतो सुद्धा! प्रत्येक अनुभव हा नवा असतो तसेच प्रत्येक व्यक्ती ची सोबत, त्याचे अतित्व हे खूप वेगळे असते आणि कधी कधी खूप तीव्र भावना सुद्धा निर्माण करत असते.

मन, भावना, व्यक्ती, संबंध, नाते, वागणे असे सगळे एक चेन सारखे आहे त्याच्या कड्या ह्या एकमेकात गुंफल्या आहेत किंवा गुंतल्या आहेत.

गुंतणे हा सुद्धा माणसाचा एक स्वभाव धर्म नाही का?

जगात सगळ्यात श्रेष्ठ असे काही असेल तर ते मानवनिर्मित बंध!

माणुसकी!

आपुलकी!

स्वीकृत जवाबदारी!

या पलीकडे माणूस जन्माला येताना काही आणत नाही तसेच जाताना काही नेत नाही.

उरते ते फक्त त्याचं शब्दरूपी अस्तित्व !

तुमचे जोपासलेले छंद!

त्याने निर्माण केलेले बंध!

त्याने दिलेले प्रेम!

म्हणून माणुसकी ,जमवलेला परिवार आणि प्रेम या रूपाने मिळवलेली संपत्ती ह्यापेक्षा दुसरे अमूल्य असे काही नाही. कारण हे कोणाला हिरावून घेता येत नाही आणि अनंतात विलीन होण्यासाठी या पेक्षा वेगळे काही लागत नाही.

म्हणून प्रत्येक माणूस जो आपल्याला कळत नकळत भेटतो त्याच्या बरोबर असलेले बंध हे जपा, कारण माणूस राहत नाही पण तो गेल्यावर सुद्धा त्याच्याशी असलेले भावनारूपी बंध हे मात्र चिरंतन राहतात.

47

परीसस्पर्श :-

परीस याबद्दल आपण नक्कीच ऐकलेच असेलच!

परीसाचा उल्लेख आपल्याला आपल्या पौराणिक कथांमध्ये नक्कीच मिळाला आहे. परीस एक असा दगड आहे जो लोखंडाला स्पर्श करताच त्याचे रूपांतर सोन्यात करतो. परीस मिळवण्यासाठी अनेक युद्धेसुद्धा झाली आहेत कारण प्रत्येकाला आपली सत्ता प्रभुत्व मिळवण्यासाठी श्रेष्ठत्व महत्वाचे आहे आणि प्रत्येक युगात लोकांच्या मनातले श्रेष्ठत्व हे प्रामुख्याने असलेल्या धनसंपत्तीला दिले गेले. मग ज्याच्या कडे जास्ती सोने, ज्याच्याकडे जास्त स्वरूपात धन तो श्रेष्ठ.

अमरावती जवळील "चिखलदरा" येथील एक कथा खूप प्रचलित आहे. चिखलदरा येथे गोंड राजा चे राज्य होते आणि त्याचा जो किल्ला होता त्याचे नाव "गाविलगढ".

त्याच्याकडे हा परीस होता असे म्हणतात आणि ज्यावेळी त्याचा पाडाव झाला तेव्हा त्याने हा परीस त्याच्या जलकुंडात फेकले का तर ते शत्रूला मिळू नये हा उद्देश.

खूप शोध घेतला गेला,अगदी हत्ती पाण्यात उतरवले, सैनिक शोध घेत होते पण ते काही मिळाले नाही...

त्यात एका हत्तीचे लोखंडी साखळदंड अचानक पाण्यात असताना सोन्याचे झाले पण त्या नंतरही ते परीस काही मिळले नाही.

हा परीस दगडच असेल का? की आणखी कोणत्या रुपात सुद्धा ते कार्यरत असेल?

परीस म्हणजे काय? की जे स्पर्शून गेल्यावर ज्याला ते स्पर्शीले -

त्याचे उज्वल होणे!

त्याला जिवंतपणा येणे!

त्याची प्रेम ही भावना उमलणे!

स्वतःबद्दल विश्वास निर्माण होणे!

जगण्याचा आनंद कळणे!

जगणे याचा अर्थ अनुभवणे!

स्वतःची ओळख होणे!

त्या अज्ञातशक्तींबद्दल विश्वास सशक्त होणे!

ज्याला उद्दिष्ट सापडणे!

त्याला योग्य मार्ग मिळणे!

हा परीस स्पर्श खूप वेगळा आहे. कोणाला व्यक्ती रूपाने आयुष्यात मिळतो तर कोणाला त्या व्यक्तीने स्वतःमध्ये सामावून घेण्याने मिळतो. पण तो स्पर्श तुम्हाला आतून बाहेरून संपूर्ण बदलून टाकतो मी तर म्हणेन घडवतो मग तुमचे वय काहीही का असेना त्याला बंधन नाही.

प्रत्येकाच्या आयुष्यात चढ उतार हे नक्कीच आहेत,कुठे कमी तर कुठे प्रचंड जास्ती. विधिलिखित म्हणून आपण त्याला लेबल लावतो पण जर हे विधिलिखित आहे तर यावर त्याच विधात्याने काही ना काही पर्याय पण ठरवले आहेत. आपल्याला त्याबद्दल प्रत्यक्षात घडल्यानंतर ते कळते तोवर ते अदृष्य रूपाने काम करत असते.

अचानक पणे नवीन कोणी आयुष्यात येते तर जे आधीच आयुष्यात आहे त्याच्याबद्दल आपल्याला वेगळी अनुभूती होते. ती अनुभूती खूप काही नवीन शिकवण देते आणि त्याच बरोबर नवीन संकल्पना निर्माण करते. मग हा मनाला,आयुष्याला होणारा परीस स्पर्श नाही का?

जो स्पर्श प्रेम देतो,घडवतो, आपल्याला काही बनवतो तो परीस स्पर्शच!

आख्यायिका खूप ऐकल्या त्या परीस दगडाबद्दल पण जे आपल्या जवळ असते जे आपल्याला सोन्यापेक्षा मौल्यवान असे बनवते, ती अनुभूती देते ते सोन्यात बदलणाऱ्या परीस दगडापेक्षा अजून वेगळे ते काय!

प्रत्यक्षात एका व्यक्तीचा सहवास सुद्धा खूप काही घडवून आणतो. सहवासाचा स्पर्श हे खूप वेगवेगळे असतात पण त्यातला जो मनाला भावतो ,जो मनाला आदर्श वाटतो, मनाला आधार देतो , मनाला सुरक्षित भाव निर्माण करतो खंबीर बनवतो तो स्पर्श हा आपला वाटतो. तो स्पर्श हा बाहेरून आणि आतून दोन्ही अनुषंगाने पूर्णत्वास नेतो तोच हा परीस स्पर्श!

हा स्पर्श हा कोणत्याही पैसे, सोने,नाणे,चांदी,हिरामोती यापेक्षा कमी नाही. वस्तुनिष्ठ गोष्टी या बाह्य स्वरूपात आनंद देतात पण हा परीस स्पर्श हा आतमधून मनाच्या खोलीतून आपल्याला आनंद देतो.

अचानक एकट्यात काहीतरी आठवून गालावर आणि ओठावर येणारे गोड हसू हे त्या स्पर्शाचेच रूप.

कोणी कितीही सोबत असेल पण त्या स्पेसिफिक व्यक्तीने सोबत नसल्याची सतत उणीव हा सुद्धा त्या परीस स्पर्शाचेच भाव.

जो संकटातून मार्ग दाखवून पुढे जाण्याची टाकत निर्माण करतो तो हाच परीस स्पर्श.

ज्या एकाच्या जिंकण्यासाठी आपले सगळे पणाला लाव असे मनाला सांगतो आणि अगदी सहज पणे ते कृतीत घडते तो हाच परीस स्पर्श.

संपूर्ण जग उभे ठाकले तरी आपल्या ध्येयाने पछाडलेले मन तसूभरही हळू देत नाही तो हाच परीस स्पर्श.

ज्याच्या अस्तित्वाने एकाच ठिकाणी मन एकचित्त होते तिथेच हा परिस स्पर्श वास करतो.

जर असा परीसस्पर्श आपल्याला लाभला तर आपले आयुष्य हे नक्की बदलून जाते...नाही का?

48

भावविश्व:-

जेनी चा आज वाढदिवस होता. तिच्या चेहऱ्यावर उत्साह, आनंद ओसंडून वाहताना दिसत होता. आज तिने तिच्या गहुवर्णी रंगावर खुलून दिसेल असा अबोली रंगाचा वन पीस घातला होता. त्यावर छान हाफ क्लच मोकळे केस, कानात पांढऱ्या खड्याचे लोंबते कानातले, गळ्यात नाजूकसे पेंडंट असलेली चेन, हलकासा मेक अप. यामुळे ती खूप गोड दिसत होती आणि आतुरतेने दरवाज्याकडे नजर लावून बसली होती. वेळ पुढे सरत होती, केक कापायला घरातील तसेच तिची मित्र मंडळी वाट पाहत होती पण ती आणखी कोणाची वाट पाहत होती....आणि अचानक ती व्यक्ती आली आणि तिचा चेहरा गुलाबापेक्षा फुलला.

पार्टीत अचानक जीव आला, सगळ्यांच्या कळत नकळत एकमेकांकडे बघत ती संध्याकाळ रंगली.केक कापला, डान्स, गेम्स असे अनेक तऱ्हेने तो दिवस आनंदात गेला.

तिचे आभासी जग जे तिच्या आनंदासाठी निर्माण केले ते तिचे भाव विश्वच ना!

प्रत्यक्ष काही जे असते त्याला स्वप्नाची जोड दिली की निर्माण होणारे जग हे आपले आणि फक्त आपलेच असते ज्यात स्थान असते फक्त आपल्या व्यक्तीला.

मान्य असते मनाला ते त्याचे असणे आणि हो फक्त त्याचेच असणे.

एक निरंतर वाहणारा झरा ज्यात भाव,स्पर्श आनंद आणि अस्तित्व असते. तो झरा कधी शांत स्तब्ध असतो तर कधी खळाळून वाहत असतो पण दिशा मात्र एकच ती त्याची आणि फक्त त्याची.

त्या विश्वाला बाह्य जगाची रीत, नियम, काहीच माहीत नसते, त्याच्याशी काही घेणे अथवा देणे नाही. आपल्याच मस्तीत आणि धुंदीत ते मग्न असते आणि कोणी त्याच्या अस्तित्वात बाधा आणेल तर बिशाद नाही त्या व्यक्तीची.

मनुष्य प्राणी मग स्त्री असो वा पुरुष, तो असतो भावनांचा गुलाम आणि प्रेमाचा भुकेला. प्रेम हे नजरेत दिसते हे नक्की... ते शब्दात असो, स्पर्शात असो तो अनुभव खूप वेगळाच.

त्या सोबत जे जग निर्माण होते ते कोणाला बांधील असेल ते फक्त एकमेकांच्या असण्याला आणि स्वीकृतीला जी अबाधित असते पण लिखित नाही. त्यालाच आपण

म्हणतो आपले भावविश्व.

खूप सुंदर असते ते जग. ज्यावर अधिकार आपला, त्याचे मालक आपण आणि त्या जगातले गुलाम पण आपण. अर्थात गुलाम हे विचारांचे, गुलाम हे त्या स्वीकारलेल्या जबाबदारीचे आणि कर्तव्याचे ज्यासाठी कुठेही कमी पणाचे भाव नाही.

मुळात प्रेम ही भावनाच खूप गोड आहे आणि प्रेमाचे दुसरे रूप म्हणजे निःस्वार्थ अर्पण!

भावविश्व हे आपले आपोआप निर्माण होते कधी कसे ते कळत सुद्धा नाही आणि त्याची जाणीव होते तेव्हा नकळत गाल लाल होतात आणि ओठावर हसू उमलते. नकळत गाणे गुणगुणायला होते आणि कधीही हसायला येते. मनात रुळतात त्या गोड आठवणी आणि मन रमते ते त्या विश्वात आणि विचारात जिथे केंद्रस्थानी असते फक्त ती व्यक्ती.

वावर असतो शेकडो लोकांत पण मन मात्र त्या तरंगात.

म्हणतात ना, ध्यानी-मनी-स्वप्नी सगळीकडे तीच व्यक्ती. त्या जगात आकंठ बुडालेल्या आपल्याला जगाची व्याख्या ही सुध्दा त्या व्यक्तिभोवतीच असते.

मनाचे भाव आणी त्याचे हे विश्व!

मन हेच तर खोल गहिरे जे उमलते ते प्रेमाने.

ज्या विश्वात कुठलेही हेवेदावे नाही, कुठलेही व्यवहार नाही, असते ते फक्त देणे. अपेक्षा खूप असतात पण त्यामागील हेतू तो फक्त एकमेकांच्या चांगले घडवण्याचा.

असे ते विश्व कोणी म्हणेल तर स्वर्गच असतो, जो खरे तर कोणीच अनुभवला नाही पण ऐकिवात असते की तो असतो खूप सुंदर!

जितका उंच मनोरा असतो त्या विश्वाचा तितकाच प्रगल्भ हा विश्वास. बाह्य स्वरूपाने त्याला कोणीच तोडू शकत नाही हे जितके खरे तितकेच हळवे त्याचे स्वरूप. कितीही वादळे आली तरी समर्थ पणे त्याला टक्कर देता येते पण तेव्हाच की जेव्हा ते असतात मनाने आणि त्यांच्या त्या भावनेने एकत्र.

काय.....पटतंय का?

49

अभेद्य हा विश्वास:-

विश्वास ही खूप नाजूक आणि अनमोल अशी गोष्ट आहे. मी तर म्हणेन की विश्वास सहज असा बसत नाही पण बसला की तो अभेद्य असतो.

आपल्या आयुष्यात खूप जण येतात, भेटतात आणि निघूनसुद्धा जातात.

जन्मतः काही नाती निर्माण झालेली असतात पण असे असूनही त्यावर पूर्णपणे विश्वास ठेवणे हे बंधनकारक असते असे नाही कारण तेवढे बंधही असावे लागतात.

जे बंध बिना नात्याचे, स्वार्थाचे असे निर्माण होतात तिथे हा विश्वास आपोआप निर्माण होतो. तो इतका कणखर असा तयार होतो की त्याला प्रत्यक्षरुपी दिसण्यासारखे काहीच नसते पण तरीसुद्धा त्याचे अप्रत्यक्ष असे जे अस्तित्व बनते ते कोणत्या देवा पेक्षा कमी नसते.

विश्व असे की जिथे तुझा निरंतर वास असा हा विश्वास! हा व्यक्तीवर अवलंबून असतो आणि तो निर्माण करावा लागत नाही तर तो अनुभवाने निर्माण होतो.

कधी कधी संपूर्ण आयुष्य जगून होते पण हा विश्वास अस्तित्वात येत नाही आणि कधीतरी तो निर्माण होण्याला काही क्षण सुद्धा पुरेसे होतात.

बंध आपोआप जुळतात आणि त्याचे मूळ जे रुजत जाते तो म्हणजे विश्वास.

मी अशी काही लोक बघितली आहेत की जी कधीच कोणावर विश्वास ठेवत नाहीत आणि काही असे ही बघितले आहेत की ज्यांना फक्त विश्वास ठेवणे हेच कळते मग त्याचे फलीत काहीही असो.

ज्याला बघितले नाही अशा देव नावाच्या शक्तीवर आपण विश्वास ठेवतो ना, कारण तर त्यामागे असलेली आपली विश्वास प्रणाली किंवा मान्यता! ते सातत्याने करत राहणे हे तर आपले संस्कार!

मग जे डोळ्याने दिसते आणि आपल्यासोबत वावरते अशी कोणी व्यक्ती आणि त्याच्यावरील विश्वास हा तर पराकोटीचा भाग म्हणेन मी.

आपले मित्र, मैत्रिण असो, भाऊ बहीण असो की आणखी कोणी असो, पण त्या व्यक्तीचे आपल्यासोबत वागणे, त्याच्या आपल्याबद्दल असलेल्या भावना ह्या हळूहळू आपली बीजे रुजवायला सुरवात करतात.

मग आयुष्यात येतात ते अनुभव, असे काही क्षण की जे निर्णायक ठरतात आणि नकळत जे घट्ट नाते तयार होते तोच तर असतो विश्वास.

मग तुम्ही त्याला काही वेगळे नाव द्या अथवा नका देऊ पण ते आपले ठाम असे अस्तित्व हे बनवतंच!

त्या अस्तिवात अपेक्षा ह्यासुद्धा असतात, नाही असे नाही पण त्या फार वेगळ्या असतात कारण त्यात स्वार्थापेक्षा काही देण्याचा आनंद हा खूप जास्ती असतो नाही का! मला हे अस्तित्व फार महत्वाचे वाटते.

जिथे तुम्ही बेधडक बोलू शकता त्याला तुम्ही म्हणता तुमची पारदर्शकता.

जिथे तुम्ही बेधडक वागू शकता त्याला तुम्ही म्हणता तुमचा बिनधास्तपणा.

जिथे शंका किंवा कुशंका येत नाहीत,

जिथे शब्द म्हणजे वज्र असे वाटते ते आणि त्या व्यक्तीचे स्थान हे खूप वेगळ्या स्थरावर असते त्याला तुम्ही तुमचा परम विश्वास असे म्हणू शकता.

विश्वास हा टाकणे खूप सोपे असते पण आपल्यावर असलेला विश्वास हा टिकवून ठेवणे ही खरी कसरत! अर्थात त्याकरिता काही वेगळे करावे लागते असे मला नाही वाटत कारण जर व्यक्ती मॅटर होत असेल तर तुम्ही तो विश्वास कुठल्याही परिस्थितीत तुटू देणार नाही हे नक्की.

विश्वास जर तुटला तर फक्त विश्वास तुटत नाही तर त्याबरोबर ती व्यक्तीही आतवर तुटलेली असते.

"आज मला तुझ्याबद्दल हे कळले!"

"तो तुझ्याबद्दल ते म्हणाला!"

"तू असे का केले ?"

"तू हे का वागलीस? "

असे प्रश्न जेव्हा कोणत्याही संबंधात विचारले जातात तेव्हा वाटते की त्या विश्वासाची मुळे अजून पक्की व्हायची आहेत.

कोणी काहीही म्हणू देत, पण मला माहित आहे ती व्यक्ती कशी आहे आणि मला कोणाच्या काही सांगण्याची गरज नाही असे जेव्हा घडते किंवा असते तिथे तो विश्वास हा आपली मुळे खोलवर रुजवून असतो आणि अलगदपणे आपले संबंध सांभाळत असतो.

विश्वासाला असेही म्हणतात की तो आंधळा नसावा पण मग डोळे हे कशाला असतात?

मनाला की विचारांना?

शब्दांना की लिखाणाला?

मी तर म्हणेन की जे आहे ते असेच आहे आणि असेच राहील हा जो कॉन्फिडन्स ज्या नजरेत दिसेल तिथे हा विश्वास आपले घर करून आहे.

कणखर अशा शब्दात जिथे तो आपले अस्तित्व दाखवेल तिथे तो कायम आहे.

जिथे प्रेम आहे तिथे विश्वास नक्कीच आहे.

तर असा हा विश्वास ज्याला सुरवात कुठून झाली हे कळत नसते आणि ज्याला कुठेही अंत ही नसतो मग व्यक्तीचा अंत का होईना.

निरागस, अभेद्य असा हा विश्वास फार कमी ठिकाणी मिळतो हे पण नक्की. पण जिथे मिळतो तिथे त्याची किंमत समजून त्याचा रिस्पेक्ट ठेवणे हे खरे महत्वाचे.

आपल्यातील अभेद्य या विश्वासाला कायम ठेऊयात!

50

निगेटिव्ह सेल्फ टॉक:- ब्रेक द चेन!

आपल्यातील किती लोक रोज स्वसंवाद करतात?

खरंतर सगळेच.... ! स्वसंवाद म्हणजे स्वतःशी केलेले कम्युनिकेशन... लोक स्वतःशी बोलतात पण त्यातला प्रत्येक विचार हा सकारात्मक नसतो...काही नकारात्मक पण असतात... हे अगदी स्वाभाविक आहे...!

मनाला जर आपण विचारांची एक संस्था मानली तर हे पण नक्कीच आहे की त्या मनामध्ये अनेक विचार हे चुकीच्या पद्धतीने निर्माण होत असतात ज्याच्या मागची कारणे ही येणारे अनुभव, घडलेले प्रसंग किंवा आपली बिलिफ सिस्टीम हे सुद्धा असते...

आता यातले अनेक विचारांना थांबवता आले पाहिजे...त्यांना पुढे घेऊन जाता कामा नये हे पण समजणे खूप गरजेचे आहे..

सशक्त मानसिक आरोग्य म्हणजे विचारांची स्वीकारता... प्रत्येक नकारात्मक विचार हा जेव्हा आपल्या मनात निर्माण झाला असतो तेव्हा त्या विचाराला आपण मान्य कसे करतो हे फार महत्वाचे आहे..

समजा जर रस्त्याने चालत जात असताना तुम्हाला कोणी दुचाकीस्वार कट मारून गेला आणि त्यामुळे तुम्ही चिडलात आणि त्याला ओरडून काही बोललात.... तुमचे बोलणे त्याने ऐकले नाही कारण तो स्पीड मध्ये होता पण तुमच्या बाबतीत झालेल्या या प्रसंगामुळे जर तुमच्या मनात नकारात्मक विचार येणे सुरू झाले आणि जर ते तुम्ही थांबवू नाही शकलात तर तुमचा सेल्फ टॉक हा त्या क्षणाला तुम्हाला तुमच्या बाबतीत घडलेल्या घटनेला स्वीकारू शकत नाही...

बऱ्याच लोकांच्या बाबतीत हा अनुभव पण असतो की

लोक आपल्याविषयी काय बोलतात याला ते अनन्यसाधारण महत्व देतात...त्यांनी चांगले म्हणले तर आपण चांगले, त्यांनी वाईट म्हणले तर आपण वाईट असे ते स्वतःचे

",

ऍनालिसिस करतात...पण दुसरे काय म्हणतात यापेक्षा आपण स्वत:विषयी काय बोलतो हे जास्त महत्त्वाचे नाही का.

कित्येक जण इमेज काँशियस असतात...आपली इमेज किंवा प्रतिमा ही दुसऱ्यांच्या डोळ्यातून पाहण्याचा ते प्रयत्न करतात...खरंतर आपली स्वतःची प्रतिमा आपल्या मनात कशी आहे ह्याचा अवेयरनेस खूप गरजेचा असतो..

मी पाहतो, कित्येक लोक स्वतः ला काही गोष्टी सांगत असतात...जसे,

"मला या कॉलेज मध्ये कधीच ऍडमिशन मिळणार नाही...." "हा जॉब मला कसा मिळेल कारण खूप लोकांनी इथे ऍप्लाय केला आहे..."

"मी एखाद्या हिरो सारखा का दिसत नाही, माझ्या चेहऱ्यात काहीच विशेष नाही.." यासारखे अनेक नकारात्मक संवाद ते स्वतःशी करत असतात...या लोकांना पुढे जायचे तर असते पण ते स्वतःची सर्व शक्ती, ऊर्जा जर नकारात्मक विचारात खर्च करत असतात त्यामुळे त्यांना हवे तसे यश मिळत नाही...

आपण सगळे जण दिवसभरात हजारो विचार करत असतो..पण या विचारांचे पृथक्करण करणे आपल्याला जमत नाही...एखादया माणसाला खूप काळापासून हवी असलेली गोष्ट जर सरप्राईज म्हणून अनपेक्षितपणे मिळाली तर तो स्वतःला त्या क्षणाला जगातील सर्वात आनंदी माणूस समजायला लागतो याचे कारण म्हणजे त्या वेळेस त्याच्या मनात घडत असलेला स्वसंवाद..

हा स्वसंवाद आपल्याला पुढे नेऊ शकतो किंवा तिथेच थांबवतो..

नकारात्मक विचार जेव्हा मन निर्माण करत असते तेव्हा आपल्या मनाचा समतोल त्या क्षणाला ढळण्याची शक्यता जास्त असते...चांगला स्वसंवाद साधणारी व्यक्ती ही इतरांशी कम्युनिकेशन सुद्धा उत्तम करते कारण त्याच्या विचारांची भूमिका ही सामंजस्य पणा दाखवते...याउलट नकारात्मक स्वसंवाद करणारा व्यक्ती हा दुसऱ्याशी नकारात्मक पध्दतीनेच बोलतो.

काही वेळा असेही होते की या लोकांना दुसऱ्यांवर डायरेक्ट लेबल लावण्याची सवय सुद्धा लागते....

माणसांना स्वसंवाद हा सकारात्मक आणि नकारात्मक या दोन्ही पद्धतीने जीवनात मान्य करावा लागतो...प्रश्न हा आहे की कुठल्या प्रकारचा संवाद आपल्याला आपल्या जीवनशैली मध्ये अंगीकारायचा आहे..

असेही दिसून येते की नकारात्मक स्वसंवाद साधणारी व्यक्ती ही फॅक्टस किंवा डेटा यांचे ऍनालीसिस न करता काही निष्कर्ष मांडते त्यामुळे ते नकारात्मक उर्जेला लवकर आकर्षित करतात, त्यातच ते गुंतून राहतात आणि जीवनाला कायम नावे ठेवतात...

आपल्याला कायम सकारात्मक स्वसंवाद साधणारी व्यक्ती होणे गरजेचे आहे हे निश्चित... जेव्हा आपण हे करतो तेव्हा आपल्याला एक उत्साह, ऊर्मी सतत मनात खेळती आहे असे जाणवत राहते. आपल्यातील ऊर्जा ही इतरांना आपल्याकडे आकर्षित करत असते.

आपल्या या स्वभावामुळे आपल्या अंगी अनेक कौशल्ये निर्माण होत असतात ज्याचा फायदा आपल्याला लाँग रन मध्ये जास्त होतो...

आपल्या मनासारखे झाले तर हे आयुष्य सुंदर नाहीतर या जीवनात काही अर्थ नाही मानणारी लोक असतात....खरंतर आत्मविश्वासाच्या मागेही स्वसंवादाची एक पायरी असते...या पायरीवर चढताना प्रत्येक क्षणाला आनंदी कसे राहावे याची कृती आपण निर्माण केली पाहिजे...नकारात्मकता जी चुकीच्या स्वसंवादाने होते तिला तोडण्याचे सामर्थ्य योग्य स्वसंवादात आहे.

जीवनाचा सगळ्यात मोठा उद्देश हा सदैव आनंदी राहणे हा आहे आणि त्यासाठी कुठल्याही परिस्थितीत नकारात्मक विचारांची चेन तोडता आली पाहिजे...!

51

लाडके मन:-

मी लाडके या साठी म्हणत आहे कारण, किती आणि केवढ्या प्रकारे लाड, कौतुक करत असतो ना आपण आपल्या मनाचे!

खरं तर, माणसाचे खरे स्वरूप माहीत असलेला आरसा म्हणजे त्याचे मन!

जे पारदर्शक ही असते आणि काही बाबतीत कारस्थानी सुद्धा असते ते मन!

जे गुंतले की आपले नाही तर दुसऱ्या साठी विचार करते ते मन!

जे अवितरत धडधडणाऱ्या त्या हृदयाला सुद्धा मुठीत ठेवते ते मन!

मन ते जे सतत बुद्धीच्या आणि विचारांच्या पेक्षा जास्त गतीने धावते!

मनाबद्दल असे ही म्हणतात की 'मन चिंती ते वैरी न चिंती'!

तर असे हे सुंदर मन जे सगळ्या मोहाचे केंद्रबिंदू सुद्धा आहे पण तरीही त्याला बंधन घालणे हे तितकेच कठीण आहे.

वय काहीही असो अगदी स्वीट सिक्सटीन की सिक्सटी पण त्या मनाची, त्या ओढीची, त्या विचारांची, त्याची तीव्रता ही तेवढीच अफाट असते.

'मन उधाण वाऱ्याचे-गुंज पावसाचे

का होते बेभान कसे गहिवरते'

अजय अतुल यांनी बनवलेले हे अप्रतिम गाणे सुद्धा मनाचे छान वर्णन करते!

तुम्ही जगत असता हे कळते ज्या श्वास घेण्याने तो श्वास म्हणजे मन.

जिथे पोकळी निर्माण झाली की मग ते सतत हरवते ते म्हणजे मन.

ज्याला शुद्ध राहत नाही ते मन आणि जे बेधुंद होते ते ही मनच!

नवीन जाणिवा करून देते ते मन

नवीन ईच्छा निर्माण करते ते मन

जगण्याची उमेद देते ते मन

आशेची किरणे देते ते मन!

मन एक आधार

मन एक तरंग

मन समुद्रासम अथांग

मन आकाशापेक्षा व्यापक!

भीती वाटते ती पण मनाला,

आनंद होतो तो पण मनालाच

विश्वास असतो तो पण मनात

सुख नांदते ते पण मनातच!

मन आपल्याला सल्ला देते

मन आपल्याला दिशा दाखवते

मन नवनवीन स्वप्ने रचवते

मन पूर्ण अस्तित्व बनवते!

आपल्या लोकांसाठी झटते ते पण मन

थोडे ॲडजस्ट करते ते पण मन,

इतरांचे मन आणि मान जपते ते पण मन,

स्वतःला समजावते ते पण मनच!

या अश्या आपल्या लाडक्या मनाचे लाड पण आपण भरपूर करत असतो.

नको तेव्हा त्याला खतपाणी घालतो, अनावश्यक वेळेला गोंजारतो,कधी कधी गरज नसताना त्याला हट्टी बनवितो

आणि सगळ्यात महत्वाचे म्हणजे त्याला अश्या वेळी योग्य सुद्धा मानतो.

तसेच उदास असलो, वैतागलेले असलो, निराश असलो तरीही मनाला सांभाळता आले पाहिजे. त्यावेळेस त्याचे उगाच लाड नकोत.

एखाद्याचा मूड नाही असे जेव्हा दिसते तेव्हा त्याच्या मनातील विचारांना सुयोग्य दिशा देता आली पाहिजे...

एखादा चिडला असेल तर त्याला विचारांवर कसा संयम ठेवता आला पाहिजे हे सांगितले पाहिजे...

चुकीचा विचार ते अर्थपूर्ण कृती या मधील अंतर म्हणजे मनाचे सबलीकरण, नाही का?

तर सांगण्याचा हेतू एवढाच की जर मन एवढे प्रभावी ताकदवान आणि अफाट सक्षम आहे तर या आपल्या मनात आपण तीच ऊर्जा निर्माण केली पाहिजे जी आपल्या आयुष्याला पुढे घेऊन जाईल.

कारण आयुष्याचा उद्देश हा सतत आनंदी राहणे हाच असला पाहिजे, आणि त्यासाठी आपण सतत प्रयत्न केला पाहिजे....

आता हा प्रयत्न योग्य पद्धतीने योग्य ठिकाणी पोचण्यासाठी आपल्या लाडक्या मनाला सांगा ना जरा!

52

सकारात्मकता :-

खूप दिवसांनी आज मी मॉर्निंग वॉक गेलो होतो.

माझा एक घट्ट मित्र आहे...तो मला सकाळी फोन करून उठवतो म्हणून मी उठतो तरी...नाहीतर सकाळी उठायचा (निष्फळ) प्रयत्न मी आतापर्यंत अनेक वेळेला केला आहे!

पण नाही म्हणजे नाही....(मला जमलं असतं तर फार बरं झालं असते या मताचा मी....)

तर, माझ्या मित्राच्या असीम सहकार्याने मी सकाळी उठण्याचा यशस्वी प्रयत्न करून आज उठलो आणि आमच्या जवळच्या तळजाईवर फिरायला गेलो.

जातानाचा घाट रस्ता हा खूप सुंदर आहे..

तसा संपूर्ण रस्ता हा लोकांनी गजबजलेला होता.

कोणी चालत होते तर कोणी गप्पा मारत रेंगाळल्यासारखे उभे होते, तर काही त्या रस्त्यावर चढत होते...

आम्ही मात्र त्याच्या गाडी ने सावकाशपणे जात होतो.

वरती जाऊन पुढे आत त्या डोंगरावरील रानातून फिरण्याचा आमचा विचार होता.

तिथे आम्ही गाडी पार्क केली आणि चालावे म्हणून गेट मधून आत गेलो तर समोर काही वयस्क लोकांचा ग्रुप हसत, गप्पा मारत बसला होता.

त्यातील एक आजोबा आमच्या परिचयाचे होते... मग त्यांना हात केला आणि गेलो त्यांच्याजवळ.

त्यांच्या मध्ये बसल्यावर कळले की ते सर्व 70 वयाच्या पेक्षा जास्ती वयाचे होते आणि ते नियमितपणे आज गेली कित्येक वर्षे न चुकता चालायला येत असे आणि त्यांचा कट्टा जमला होता.

ते फक्त तळजाई यायचे असे नाही तर दर रविवारी सिंहगड पण चढायचे!

ते ऐकल्यावर माझ्या मित्राने माझ्याकडे असे पाहिले आणि मला जोरात हसू आले. तेव्हा मला माहिती होते की त्याला हेच म्हणायचे आहे, इथे आपल्या उठण्याचाच आनंदी आनंद आहे आता सिंहगड चढणे ते कधी जमायचे!

ग्रुपमधील हे सगळेच लोक प्रचंड सकारात्मक होते. प्रत्येक विचार,त्यांची कृती आणि आपण या नियमित उपक्रमाने ठणठणीत राहून स्वावलंबी जगू ही त्यांची प्रचंड ईच्छाशक्ती!

आम्हाला प्रेरणा मिळाली ती त्यांच्या सकारात्मकतेची! त्यांनी त्यांच्या भाषेत खूप उन्हाळे-पावसाळे बघितले होते, अनुभवले होते ते त्यांचे आयुष्याचे अनुभव! आणि त्यांच्या अनुभवात जग जिंकण्याची आणि जीवन जगण्याची कला दडली होती.

काय होते नक्की त्यांच्यात?

मला तर वाटले त्यांच्यात होती सकारात्मकतेची शक्ती.

त्याच शक्तीच्या आधाराने आम्ही सुद्धा ठरवले की आम्ही पण सिंहगड लवकरच चढणार! हीच भावना आम्हाला आनंद देऊन गेली.

आणि मनापासून सांगतो, हीच खूप महत्त्वाची भावना आहे "सकारात्मकता" या एका भावनेच्या जोरावर अशक्य ते शक्य घडवून आणण्याचे सामर्थ्य आहे.

आपण एखादी गोष्ट घडताना घाबरून असेच होईल, तसेच होईल म्हणत सामोरे गेले की ते घडलेच म्हणून समजायचे.

पण तेच योग्य दिशेने आपली आत्मिक ताकद लावून म्हणाले की हे असेच आणि योग्यच घडेल तर ते नक्की घडू शकते.

परीक्षेला जाताना अभ्यास पूर्ण झाला असेल आणि मी पास नाही झालो तर! हा विचार केला की येणारे उत्तर सुद्धा लिहित येत नाही आणि तेच जितका अभ्यास झाला तितका तर तितका, पण मी नीट पेपर सोडावेन हा विश्वास ठेवला की सगळा पेपर छान सोडवता येतो.

ऐनवेळेस डोकं चालते आणि मग मार्ग सुद्धा मिळतो.

अगदी असेच गणित हे आयुष्याचं असतं!

प्रत्येकाच्या आयुष्यात परीक्षा ही असतेच!

त्याला सामोरे कसे जायचे किती विश्वासाने जायचे हे आपल्या हातात असते.. आणि त्या क्षणी तो विश्वास जर सकारात्मक असेल तर तुम्ही जग जिंकालच हे नक्की!

मित्रांनो मला कायम हेच सांगायचे आहे की, जी काही अदृश्य शक्तीतुमच्या आतमध्ये आहे ती आहे तुमची सकारात्मक शक्ती जी तुम्हाला कायम मदत करते. तुम्हाला यशाचा मार्ग दाखवते...

त्या शक्तीला शरण जा.

तुम्ही तिला अध्यात्मिक म्हणा, वैचारिक म्हणा किंवा कोणाचे आणखी काही नाव असेल पण सरते शेवटी आहे ती तुमची विश्वास प्रणाली!

जर तुमचा विश्वास असेल तर तुम्ही नक्कीच जिंकाल, नाही तर यश खूप दूर आहे!

सर्व काही आपल्या हातात आहे, आपल्याला फक्त तयारी करावी लागेल आणि चालणे सुरू करावे लागेल!

सगळे तुमच्याच हातात आहे, तुम्ही फक्त ठरवले पाहिजे!

आणि तुम्हाला खरं सांगू का, सुख हे स्वप्न नाही. तो तुमचा हक्क आहे.....हो हक्कच आहे तुमचा!

फक्त तो मिळवताना तुमच्या आयुष्यात तुम्ही फोकस असणे गरजेचे आहे..

काही लोकांना आयुष्यात सुख का मिळवता येते नाही याचे मुख्य कारण म्हणजे विनाकारण स्वतःवर लादलेल्या नको त्या नियम आणि अटी.

म्हणूनच उगीच म्हणत नाहीत, स्वतःला ओळखा, जाणून घ्या आणि आपली ताकद, ईच्छाशक्ती पूर्ण पणाला लावा आणि मग बघा तुमचे इप्सित तुम्हाला साध्य कसे होत आहे ते!

सकारत्मकता ही अशीच काम करते..तुमच्या कळत आणि नकळत सुदधा!

53

मानसिक तोल:-

प्रसंग:- 1

"मनू माझं ना खूप डोकं दुखतंय रे आज, आवाज नको ना वाढवू...लाऊड म्युझिकमुळे जास्त त्रास होतोय!"

"डोकं दुखतंय आणि ते ही तुझं? जोक करतेस का?"

"मनु, मस्करी नसते रे प्रत्येक वेळी."

"अगं पण डोकं दुखायला ते असायला लागत ना" आणि तो फिदीफिदी हसायला लागला.

पण त्यावर तिला चिडता पण आले नाही, उलट खिन्न नजरेने ती त्याच्याकडे बघत राहिली आणि गप्प बसून डोळे मिटले. तिच्याही नकळत अलगद डोळ्याच्या कडातून अश्रू वाहायला लागले . डोळे बंद,एक हात कपाळावर आडवा चेहऱ्यावर खिन्न निर्विकार भाव. तिला तसे पाहून तिला खिजवणारा तिचा जवळचा मित्र 'मनु' आज मात्र आश्चर्यचकित झाला.

नेहमी हसणारी,बोलकी नम्रता आज फार वेगळी भासली त्याला.

लगेच काही बोलण्यात अर्थ नाही हे जाणून त्याने फक्त साऊंड सिस्टिम चा आवाज कमी केला आणि शांत बसून राहिला आणि तिला झोप लागावी असे मनातून चिंतले.

तिला डोळे बंद असताना कधी झोप लागली हे कळले नाही, पण ती उठायच्या आत याने छानशी कॉफी ची तयारी करून ठेवली आणि सोबत चिप्स चे पाकीट पण सोबत ठेवले जे नम्रता चे आवडते होते.

साधारण तासाभराने ती उठली, वॉश रूम मध्ये जाऊन तिने तोंडावर पाणी मारले, थोडं ठीक वाटत असल्यासारखी नॅपकिन ने हात पुसत बाहेर आली तर याने लगेच गरमागरम कॉफी चा मग पुढे केला,तिने हलकेसे हसत तो मग् घेतला आणि एक एक घोट घेत गेली, त्यासरशी तिचे भाव बदलत होते.

तिच्या मनाच्या बदलत्या परिभाषा रेषा बनून तिच्या कपाळावर दिसत होत्या आणि यावरून तिची मानसिक स्थिती लक्षात येत होती.

प्रसंग:- 2

आज चिनुच्या बॉस ने त्याला खूप झापले आणि तेही सगळ्या स्टाफ समोर...कायम उत्साही असणाऱ्या आणि सगळ्यांना हसवत राहणाऱ्या चिनू ला आज मात्र झालेला त्याच्या भावना लपवत्या येत नव्हता... स्वतःच्या डेस्कवर जाऊन तो सगळ्यांपासून त्याचा चेहरा लपवत होता कारण तो अपमान त्याच्या चेहऱ्यावर उमटला होता..

प्रसंग:- 3

रस्त्यावरून जाताना आशिष ला कधीच सिग्नल तोडायला आवडायचे नाही...पिवळा सिग्नल लागला तरी तो स्टॉप लाईन च्या आधी थांबायचा... आज ही त्याने तेच केले आणि मागून आलेल्या कार ने त्याच्या बाईक ला जोरदार धक्का दिला..त्या धक्क्याने तो धडपडला आणि त्याचे कपडे फाटले..त्याला धक्का देऊन ती गाडी निघून सुद्धा गेली आणि तो त्या धक्क्यातून सावरला नाही...रस्त्यावर तसाच बसून त्याच्या बाबतीत काय घडले आहे ह्याचा विचार करत प्रचंड अस्वस्थ झाला...त्याची ही अस्वस्थता त्याच्या चेहऱ्यावर दिसत होती...

या 3 ही प्रसंगात आपल्या लक्षात आले असेल की शारीरिक असो व मानसिक कुठल्याही स्थितीत जे सतत कार्यरत असते ते मन!

तुम्ही जागे असा अथवा झोपलेले, ते आपले सतत कार्यरत असतेच.

प्रसंग चांगला असो व वाईट त्याचा कार्यरत पणा थांबत नाही पण या प्रसंगांचे पडसाद कसे उमटतात हे आपल्यावर निर्धारित असते...

मनाचा तोल हा त्याच्या विचारांवर अवलंबून असतो आणि त्याचे रीफलेक्शन हे आपल्या हावभाव आणि वागण्यावरून दिसते.

मानसिक तोल ज्याला आपण म्हणतो तो हाच, ज्याला सांभाळणे थोडे अवघड असते. मनाला असंख्य कोपरे असतात असे म्हणतात पण मन हे तर एकच असते ना!

त्या असंख्य कोपऱ्यात तितकेच विचार!

विचारासरशी घडते ती आपली कृती!

कृतीतून व्यक्त होतो तो आपला स्वभाव!

स्वभावातून दिसतो तो आपला कमकुवतपणा किंवा खंबीरपणा!

त्यातून जे निर्मित होते ते आपले वागणे!

वागण्यातून दिसते ती आपली वृत्ती!

आणि जशी आपली वृत्ती तसे आपल्याला लेबल ही मिळते.

हे सगळं गुंतागुंतीचे आहे.

आपले मन हा आपला सगळ्यात जवळचा सखा आहे, जादूगार आहे का कधी कधी आपलाच कर्दनकाळ आहे असे वाटू शकते.

मनाचा तोल सांभाळणे थोडे अवघड असले तरी अशक्य नाही हे मात्र लक्षात घ्या. कोणतीही भावना जेव्हा खूप जास्ती प्रमाणात खोलवर काम करते तेव्हा मनाचा पूर्ण ताबा

घेते.

आता ही गंमत पहा....एक मुलगी आहे जिने भरपूर मेकअप केला आहे तसेच मस्त ड्रेस घातला आहे तरीपण तिचे मन हे कसल्याशा विचारात आहे आणि त्यामुळे तिला काहीतरी मिसिंग जाणवते आहे....

त्याच्याविरुद्ध एक दुसरी मुलगी आहे, अगदी साधी सिम्पल असे तिचे कपडे आहेत, मेकअप नाही पण मनातून खूप आनंदी आहे तर तिच्या चेहऱ्यावर दिसणारे तेज हे विलक्षण जाणवेल.

मला हेच सांगायचे आहे की मनातील आनंद आणि दुःख हे तुम्हाला व्यक्तिमत्व प्रदान करते. कुठलाही बाह्य सपोर्ट हा त्या मनाचा तोल सांभाळायला मदत करू शकत नाही त्यासाठी लागते ती अंतर्गत मानसिक शांतता.

मनुष्य कोणीही असो त्याला व्याप, कर्तव्य, रुटीन, हे जन्मतः आलेच आहे मग ते पार करायचे आहेच तर ते खंबीर होऊन का करू नये.

परिस्थिती कधीच सारखी राहत नाही ती बदलत असते, मग त्यावर विश्वास बाळगून आपण आपले कार्य करत राहावे हे योग्य. तसेही खूप विचार केल्याने ती बदलत नाही तर ती बदलते प्रयत्न केल्याने मग आपली एनर्जी त्यात गुंतवूयात ना!

आपली ताकद वेस्ट करायची की इनवेस्ट हे आपल्या हातात आहे आणि तसेही म्हणतात ना प्रयत्न केल्याने दगडाला सुद्धा पाझर फुटतो.

जो घाबरला तो बुडाला आणि त्याला बुडवायला आजूबाजूचे लोक आणि परिस्थिती तयार असतेच म्हणून त्यापेक्षा त्या आंतरिक शक्तीला ओळखून कृती करत राहणे हे जास्ती योग्य आहे.

'मनाचा तोल' हा कुठल्याही बाह्य प्रसंगावर अवलंबून नसून स्वतःचे मन त्यावेळेस कशी प्रतिक्रिया देते यावर निर्धारित असतो!

54

खेळ वेड्या मनाचे:-

कधीतरी एखादे स्वप्न पडते आणि अचानक जाग येते. पहाटेची वेळ असते आणि असे म्हणतात ना पहाटेची स्वप्न खरी होतात!

स्वप्न मनासारखे असेल तर आपण म्हणतो " वाह! आज माझा दिवस छान जाईल" त्या नादात आपण ते स्वप्न तसे घडावे ही ईच्छा व्यक्त करत तशी एनर्जी आपल्या आजूबाजूला निर्माण करतो आणि तेच स्वप्न त्या विरुद्ध असेल तर?

बापरे मोठं प्रश्नचिन्ह?

मग त्यानंतर झोप लागत नाही!

सतत तेच विचार मनात येतात, की खरंच असे होईल का?

आपली प्रिय व्यक्ती जर त्यात आपल्याला सोडून गेली असे दिसले तर मग तर विचारूच नका? त्या क्षणाला त्या व्यक्तीला भेटून कधी सांगतो असे होते..... का तर मनात निर्माण झालेली भीती!

असे होऊ नाही असे मनापासून वाटत असले तरी विचारात मात्र एकच असते की असे झाले तर? मग काय? कसे होईल?

आणि तयार करतो आपल्याभोवती नकारात्मक ऊर्जा जी ते तसे घडायला भाग पाडेल.

म्हणतात ना, जे चिंताल, जे विचार कराल ते तसे समोर येईल.

श्रेयाला आयुष्यात पुढे काय करायचे कळत नव्हते. कोणीतरी सांगितले की, अमुक गुरुजी आहेत त्यांच्याकडे जा आणि तुझी पत्रिका दाखव ते तुला मार्गदर्शन करतील.

श्रेया मैत्रिणीला घेऊन गेली त्यांच्याकडे, त्यांनी पत्रिका पाहिली आणि काही गोष्टी अश्या सांगितल्या की ज्या घडून गेल्या होत्या आणि मिळत्या जुळत्या होत्या आणि काही पुढच्या सांगितल्या ज्यात काही काळजी घ्यायची होती आणि काही संकेत होते.

झाले... आता काळजी घ्यायची तर त्या ऐवजी काळजी वाटणे सुरू झाले आणि विचारांचा पसारा वाढला. माणसाचा स्वभाव आहे ना की, जे घडले नाही तेच घडेल हेच मनात आणून विचार करत बसायचे.

तसे घडेल किंवा नाही घडेल हे काळ ठरवतो पण माणसाचे विचार मात्र क्षणात ते घडल्यासारखे वागायला लागतात.

भूतकाळात हे घडले म्हणून भविष्यात तसे काही घडेल हेच विचार तर सगळं बिघडवतात पण जो महत्वाचा आहे तो "आज" वर्तमान त्याचे काय? तो महत्वाचा नाही का?तो भविष्याचा शिल्पकार नाही का? आणि जे घडणार आहे ते तसेच लिहिले असेल तर आपण बदलणारे कोण आणि कसे असतो?

काळ हे सगळ्यांचे औषध आहे.

विचार करायचेच....ते कधी बंद होणारच नाहीत पण त्याला दिशा देण्याचे काम आपण करावे.

या जगात बऱ्याच गोष्टी आहेत ज्या आपल्याला मदत करू शकतात.

समुपदेशन आहे, मेडिटेशन आहे, स्पिरीच्युअल संदेश मंत्र आहेत जे मनाला कौल देतील आणि योग्य दिशा दाखवतील. कोणी एखादी व्यक्ती असू शकते मित्र, मैत्रिण कोणी गुरू जे गाईड करू शकतील.

चुकीचे विचार निर्माण करतात ते काळज्या, डिप्रेशन, एन्झाईटी , लो फिलिंग आणि आपला कॉन्फिडन्स कमी करतात.

चक्र हे गुरफटवणारे असते, ते तोडायला शिकले पाहिजे. विचार हे मनात असतात त्यामुळे मनावर ताबा मिळवला आला पाहिजे.

खंबीर मन हे स्वस्थ शरीर देते आणि यशस्वी आयुष्य.

उत्स्फूर्त विचार हे चेतना देतात, एनर्जी देतात, आनंद देतात आणि योग्य मार्ग सुचवतात.

प्रत्येक व्यक्तीला व्याप असतात आणि जबाबदाऱ्या सुद्धा असतात. त्या कशा पूर्ण करायच्या ते आपल्या हातात आहे. हसत सामोरे गेले तर प्रॉब्लेम पण सहज सुटतात आणि चुकीच्या विचाराने पुढे गेलात तर प्रोब्लेम क्रिएट करतात.

कसे जगायचे ते आपल्या हातात आहे.

देणाऱ्याने पाय,हात, डोळे तर दोन दिलेत पण नाक, तोंड, हृदय, मेंदू म्हणता येईल ते एकच दिले आहे त्यामागे नक्कीच काहीतरी कारण असेल ना?

हसत रहा, योग्य विचार करा, जिथे हवी असेल तिथे कोणाची योग्य मदत घ्या आणि सामोरे जा. तुमचे योग्य विचारच तुम्हाला जगवतील आणि पुढे नेतील त्यामुळे विचार हे वाईट या समजापासून सुद्धा परावृत्त व्हायला शिका.....आजच्या काळाची हीच गरज आहे,नाही का?

55

क्षण:-

आज खूप महिन्यांनी दिपक घरी येत होता.

वयाच्या उमेदीच्या काळातच जेव्हा इतर मुले बाईक हातात घेऊन मजा मस्ती करत असतात त्यावेळी दिपकने आर्मी जॉईन केली आणि देशाच्या आपल्या मातृभूमीच्या सेवेला निघून गेला.

मनावर दगड ठेऊन आई आणि बाबानी त्याला निरोप दिला...

एकीकडे अश्रू होते आणि तर एकीकडे होते नवचैतन्य. उत्साहाच्या भरात तो ट्रेनिंग ला गेला होता. त्यानंतर बॉर्डर वर पोस्टिंग आणि आज जवळपास दीड वर्षाने तो त्याची सुट्टी घेऊन घराकडे निघाला होता.

मनातली हुरहुर क्षणाक्षणाला वाढत होती . आपला आनंद त्याला सामावून घेणे जड जात होते तर दुसरीकडे त्याच्या येण्याच्या वाटेकडे त्याचे आईबाबा डोळे लावून बसले होते . प्रत्येक जाणारा क्षण हा वर्षासारखा भासत होता आणि एका क्षणाला तो घरी पोचला आणि त्याच्या आईबाबांना भेटला.

काय अवर्णनीय होता तो 'क्षण'

तर असा हा 'क्षण' प्रत्येकाच्या आयुष्यात येतो. कधी हुरहुर आणतो तर कधी हळहळ आणतो.

अमाप सुख समाधान देणारे 'क्षण' सुद्धा खूप येतात. थोडक्यात काय जगणे हे कुठल्याही 'क्षणा'शिवाय शक्य नाही हे नक्की.

आपण म्हणतो ना एक 'क्षण' पुरेसा आहे माणसाला उभे करायला आणि जमीनदोस्त करायलाही!

मनाला जेव्हा भावनांची जाणीव व्हायला लागते की कोणीतरी स्पेशल आहे तो ही एक 'क्षण' असतो आणि तेव्हापासून पुढचा येणारा प्रत्येक 'क्षण' हा हृदयाची स्पंदने वाढवणारा असतो .

मिळणारा आनंद,असणारी सोबत ते 'क्षण' तर कधीच संपूच नयेत असे वाटते, जणू सुवर्ण 'क्षण' असतात ते.

ती वेळ पुढे सरकूच नये असे वाटत असते आणि नेमके येणारे प्रत्येक 'क्षण' हे घोड्यावर बसून आपल्यापेक्षा जलद गतीने पळत असतात.

ऑपरेशन थिएटर बाहेर वाट पाहणारा (होणारा) बाबा हा प्रत्येक 'क्षणाला' कुठली बातमी येईल याची वाट बघत असतो तर आत असलेली स्त्री या क्षणातून कधी मुक्त होऊन नजर भरून आपल्या पोटच्या गोळ्याला कधी बघते या 'क्षणासाठी' सगळे सहन करत असते.

असे हे कधी गोड, कधी तिखट, कधी आंबट,कधी कडू असे सगळे 'क्षण' आपल्या जन्माला पुरले असतात. त्यातून सुटका ही नाहीच,कसे ताठ राहायचे आणि सामोरे जायचे हे ज्याचे त्याने ठरवायचे.

मी अमुक आणि असा आणि मीच श्रेष्ठ असे म्हणणारे सुद्धा एखाद्या 'क्षणी' कमकुवत बनतात तर एक कमकुवत सुद्धा एका 'क्षणी' पाषाणासारखा कठीण बनतो.

हे सगळं ठरवते ती आपल्या आजूबाजूची परिस्थिती आणि सगळ्यात मुख्य म्हणजे नियती.

येणारा 'क्षण' येतो आणि निघून जातो, गेलेला 'क्षण' हा कधीच परत मिळत नाही म्हणून जो 'क्षण' मिळाला तो जगून घ्यावा हे सगळ्यात उत्तम. पुढे येणारा 'क्षण' हा तितकाच छान असेल की त्यापेक्षा जास्त की तसा मिळणारच नाही हे कोणालाच माहीत नसते म्हणून जे मिळालं ते 'अस्सल सोनं' समजून त्याला महत्व देणं हे योग्य.

मन तसे विचार, व्यक्ती तशा प्रकृती, तसेच वेळ तसे क्षण!

जो जगला तो जिंकला!

ज्याला जगता नाही आले त्याला मिळते ती हळहळ...

आणि वाट बघत बसणारा होत असतो अस्वस्थ!

प्रत्येक व्यक्तीच्या आयुष्यात हे सगळे असतेच पण कधी आणि कसे हे मात्र माहीत नसते. त्यासाठी आयुष्य नावाचा पहाड हा चढावाच लागतो आणि त्या पहाडाच्या टोकावर पोहचल्यावर सगळी धडपड ते 'क्षण' नजरेसमोर येतात.

भावना, मन, क्षण हे सगळे सख्खे सोबती आहेत जे एकमेकांच्या हातात हात घालून फिरत असतात.

अनमोल 'क्षण' जे मिळाले त्याची किंमत ठेऊन आभार मानावे तर ते तसेच मिळावे याची प्रार्थना ही मनापासून करावी.

जे ' क्षण' आपले आहेत ते आणि तेवढे आपल्याला मिळणारच हे पक्के. त्यासाठी होणारी धडपड ही तेवढीच नैसर्गिक म्हणून म्हणतो 'क्षण' हे महत्वाचे त्याची किंमत बाळगा आणि मनोमन आभार माना.

अनमोल असतात ते 'क्षण'!

लक्षात राहतात ते 'क्षण'!

प्रेमाचे असतात ते 'क्षण'!

आनंदाचे असतात ते 'क्षण'!

अबोल असे ते ही 'क्षण'!

खूप काही शिकवून जातात ते 'क्षण'!

भरपूर जगतो आपण ते 'क्षण'!

विसरू शकत नाही ते सुद्धा 'क्षण'!

जगायला शिकवतात तेही 'क्षण'!

हवे असताना पटकन निघून जातात आणि नको त्या वेळी पुढे सरकत नाहीत तेही 'क्षण'च!

मला काय हवे हेही ठरवतो तोही 'क्षण'च आणि मनमुराद कसे जगायचे आहे अशी जाणीव करून देतो तो ही एक 'क्षणच'!

56

अश्रू:-

अनेक वेळा कौंसेलिंग घेत असताना समोरचा व्यक्ती व्यक्त होतो आणि त्यावेळेस त्याच्या डोळ्यात पाणी येते...अश्रू!

माझ्या समोर रडायला लागू नये म्हणून ते घट्टपणे या अश्रूंना परत पाठवायचा काटोकाट प्रयत्न करतात...

पण मी त्यांना अश्यावेळी सांगतो की अगदी सहजतेने हे अश्रू बाहेर पडु देत....का थांबवून ठेवायचे त्यांना... रडणे हे हसण्यासारखे एक एक्सप्रेशन आहे...ते आतून येणारे फिलिंग आहे..ज्याला ते कळले तो अगदी सहजतेने या भावनेतून स्वतःला व्यक्त करतो!

अश्रू हा शब्द किती जवळचा आहे ना! आता तुम्ही म्हणाल, की जवळचा कसा? तर ज्याचा सगळ्यात जास्ती संबंध येतो ते म्हणजे आपले मन याच्याशी....मग हा शब्द तर जवळचा असेल ना!

मन व्यक्त होते ज्या माध्यमातून ते म्हणजे डोळे....कोणतेही भाव असोत आनंद, दुःख, वेदना त्या डोळ्यातून लपत नाहीत आणि व्यक्त होतात...बऱ्याच वेळेला आनंदाश्रू तर काही वेळेला दुःखाश्रू!

लहान मुलांचे रडणे हे त्यांचे लहानपणीचे शस्त्रच असते नाही का! हट्ट करायचा, काय हवे ते मागायचे... थोडा वेळ फक्त वाट पहायची आणि मग आपले शस्त्र बाहेर काढायचे ते म्हणजे अश्रू! ते बाहेर आले, दिसले कि समोरचे आपल्या खिश्यात! आपले काम झालेच समजा! त्या वेळची तरी मोहीम फत्ते!

इमोशन्स ह्या अश्रूंना बांधील असतात. नक्की कोण कोणावर राज्य करते हे त्यांचं गणित त्यांनाच माहीत असते, कारण कधी अश्रू पुढे असतात तर कधी इमोशन्स!

वयाच्या प्रत्येक टप्प्यावर या अश्रूंचे वेगळेच महत्व असते.. लहानपणी शस्त्र आणि मोठेपणी अस्त्र!

जसजसे मोठे होतो तसतसे त्याचे कार्यक्षेत्र बदलत राहते.... तरुणपणी हेच आपले रुसवे फुगवे व्यक्त करण्याचे माध्यम ठरते.

कोणतीही भावना असो कधी अपार दुःख झाले असेल तरी नकळतपणे पटकन टपोरा अश्रू बाहेर पडतो त्यावर आपले बंध राहत नाहीत. कधी अपार आनंद झाला तरी तो व्यक्त होतो त्या भरभरून आलेल्या भावना टचकन डोळ्यात पाणी येऊनच!

यश मिळाले, संपत्ती मिळाली, मनासारखे झाले आणि आनंद गगनात मावत नसेल तर पटकन भरून येतात ते डोळे. मग डोळे भरून आले की ते टपोरे मोती बाहेर पडणारच.

आपण एखाद्याला जज करतो की हा रडका, तो कुरकुरा, तो स्वच्छंदी किंवा आणखी काही, पण प्रत्येक आणि प्रत्येक व्यक्ती हा बांधील आहे तो भावनांच्याच ना! व्यक्त होतो तो वागण्यातून आणि ते जे कधी लपत नाही ते डोळ्यातून आणि डोळे हे सगळ्यात जवळचे ते त्याच्या व्यक्त होण्याने. व्यक्त होते ते त्यातील अश्रूंनी...

म्हणून म्हणतो की लहान असो, तरुण असो वा वयस्कर त्याला जे प्रिय जे त्याला सुद्धा कळत नाहीत जे त्यांच्या व्यक्त होण्याच सगळ्यात जवळ असलेलं प्रतीक म्हणजे अश्रू.

तर मला हेच म्हणायचे की आपल्या आयुष्यात या अश्रुंचे किती महत्वाचे स्थान आहे.

अलीकडेच मी यावर एक छोटासा लेख वाचला. खूप हृदयस्पर्शी वाटले ते लेखन मला ज्यात एक वयस्कर स्त्री जी वृद्धाश्रमात शेवटचे दिवस कंठत होती तिची शेवटची एकाच ईच्छा होती...अगदी माफक अपेक्षा म्हणा ना की तिच्या मृत्यूनंतर कोणी तरी अश्रू गाळावे! ज्या व्यक्तीने सगळे उपभोगले आणि आता त्या संध्याकाळी फक्त वाट पहायची त्या सूर्यास्ताची पण कोणीतरी आपले असावे ही किती हळवी कल्पना.

किती ना हे मनाला टोचणारे म्हणा की भावणारे!

अश्रू हे किती अमूल्य आहेत आणि तितकेच दुर्लक्षित!

आपण नसताना आपल्यासाठी कोणाच्या डोळ्यांत अश्रू येणे ही सगळ्यात मोठी गोष्ट! आणि जर ही गोष्ट मोठी असेल तर त्यामागचा अश्रू ही किती महत्वाची गोष्ट असेल नाही का!

57

आधार :-

स्वामींचा तारक मंत्र बहुतेक जणांनी ऐकलाच असेल " निःशंक होई रे मना, निर्भय होई रे मना " किती शांत होतं ना मन हे ऐकलं की? मनाची शांतता ही यासाठी की त्यांचे अस्तित्व हे आपल्याला त्या क्षणी प्रकर्षाने जाणवते आणि तेच आपल्या कमकुवत झालेल्या मनाला आधार देत एक शाश्वती देतं की सगळं नीट होईल, परिस्थिती हाताळल्या जाईल.

मी नेहमी म्हणतो की "मन" हे सगळ्याचं कारक आहे मग ते आनंद असो दुःख असो भीती असो की निर्भयता.

आपले विचारच असतात जे आपल्या या सगळं ब्रह्मांड फिरवतआणत आणि सगळ्या भावना निर्माण करून आयुष्यातील सगळ्या अनुभवांची चव चाखायला देत.

माणसाचा सगळ्यात मोठा शत्रू जर काही असेल तर त्याच्या काळज्या आणि भीती.

एक लहान मुल असतं जे नव्याने चालायला शिकत असतं, एक दिवस अचानक बिना आधारच ते मूल पाऊल पुढे टाकायला यशस्वी होतं पण दुसऱ्या क्षणी आपण पडू या भीतीने आजूबाजूला आपले कोणी आहे का ते बघत आणि लगेच त्या दिशेला वळून हात पकडायला जातं. त्याला त्या क्षणाला जे हवे असते तो म्हणजे आधार!

हा आधार हा शाररिक असतो, मानसिक असतो आणि बौद्धिक सुद्धा असतो.

माणसाला शाररीक आधाराची गरज पडते त्याला काही ठराविक परिस्थिती असू शकतात. ज्यामध्ये बालपण आणि वृद्धत्व हे प्रामुख्याने येते तर तरुण वयात किंवा मध्यम वयात याची गरज ही काही विशिष्ट परिस्थिती अनुसार पडते जे मर्यादित काळापुरती असते.

सगळ्यात जास्ती गरज पडते ती मानसिक आधाराची मग वय काहीही असो. लहान असोत, मोठे असोत, स्त्री असो किंवा पुरुष प्रत्येकाला कोणी तरी समजून घेण्याची गरज वाटते म्हणजेच लागतो तो आधार.

मानसिक असंतुलन हे प्रामुख्याने बघितले जाते. त्यात आपण जे करतो, जे बोलतो जे वागतो त्याचे समर्थन करायला असे नाही म्हणता येणार पण त्याचे अवलोकन करायला

आणि त्यावर प्रतिक्रिया द्यायला प्रामुख्याने गरज असते ती कोणया दुसऱ्या व्यक्तीची.

कधी कधी आपल्या नकळत आपण एकटे पडत जातो. आजूबाजूला सगळे लोक असतात पण ते फक्त शारिरिक अस्तित्वाने आपल्या मनापर्यंत कोणीच पोचले नसते. त्याला कारण ही अनेक असू शकतात. कोणीशी वैचारिक पातळी जुळत नाही तर कोणाशी भावनिक पातळी जुळत नाही. कधी संवादसुरु असताना वाद होतात, तर कधी संवाद साधलाच जात नाही. कोणी समवयस्क माही असेही होते किंवा कधी कोणीच मनाला भावत नाही असेही होते. म्हणतात ना मनाला अनेक कंगोरे असतात,कप्पे असतात पण ते उलगडले जाणे हे कठीण असते

आधार हा शब्दही असू शकतो तर कधी शब्दच आधार बनतात.

आधारच भावनिक पण असू शकतो.

आधार हा कधी कोणाला आर्थिक पण असू शकतो.

आधार हा कमकुवत लोकांना आणखी कमकुवत बनवू शकतो तर आळशी असलेल्या व्यक्तीला आणखी आळशी पण तो कोणाला द्यायचा हे देणाऱ्याने नीट विचार करूनच दिला पाहिजे हेही तितकेच खरे आहे.

आधार हा कमकुवत बनवण्यासाठी नाही तर सक्षम बनवण्यासाठी जिथे खऱ्या अर्थाने पोचतो तिथे घडतो तो चमत्कार!

आधार हा साखळी बनवून इतिहास सुद्धा निर्माण करतो.

आता बघा एक गरीब पण होतकरू, हुशार मूल असेल तर त्याला मिळालेला आधार हा एक उज्वल भविष्य निर्माण करतो.

एखादी मुलगी जी सक्षम आहे पण वैचारिक पातळीवर स्वतःला जज करू शकत नसेल तर एक छोटासा आधार तिला उत्तम भविष्य देऊ शकतो.

जो शिक्षणात फारसा हुशार नाही पण खेळ यामध्ये प्रवीण असेल तर हाच आधार त्याला त्याचे भविष्य घडवून देते. या प्रकारची अनेक उदाहरणे आपल्या सगळ्यांच्या माहितीत आहेतच.

जेव्हा मन कच खाते आणि सगळे संभ्रम निर्माण होतात तेव्हा आपल्या आजूबाजूला असलेली ती अनामिक शक्ती आपल्याला बळ निर्माण करून देते हाही आधारच झाला ना.

मनाला खरी गरज असते की कोणी म्हणावे "मी आहे तुझ्या सोबत!"

हे जादुई शब्द !

ते अस्तित्व कोणत्याही परिस्थितीत सामोरे जायला खमके बनवते.

आधार हा मनुष्याचा, कधी पैशा अडक्याचा तर प्रमुखायने दैवाचा मिळतोच.

जिथे विश्वास आहे तिथे सगळं आहे.तो डळमळू ना देणे ही आपली जबाबदारी आहे.

"अरे प्रत्येक जण आपले नशीब घेऊन येत बाबा! केले असतील पुण्यकर्म गेल्या जन्मी खूप म्हणून सुखात लोळत आहेत आता" उपहासाने अनेक वेळा ही वाक्ये लोक बोलतात आणि कळत नकळत आपल्याही कानावर हे येतातच. पण माणसाची कृती ही सगळ्यात

महत्त्वाची ठरते. जे आहे ते आहेच मग त्याला सामोरे जाण्यासाठी सिध्द होणे हेच योग्य नव्हे का?

स्वामी चे वाक्य "भिऊ नकोस मी तुझ्या पाठीशी आहे" बघा किती जादू आहे यात आणि ताकद !

58

दुनिया का सबसे बडा रोग:-

'विनय' कायमच सगळ्यांशी मितभाषी राहायचा. कोणाला दुखवायचा नाही. सगळ्यांशी जमवून घ्यायचा आणि दुसऱ्यांना आनंदी ठेवायचा प्रयत्न करायचा.

एके दिवशी ऑफिसमध्ये असताना त्याला दिसले की ऑफिसचे 2 लोक त्याच्या कडे बघून काहीतरी बोलत आहेत.. ते काय बोलत असतील हा विचार विनय करत राहिला...

थोडयावेळाने त्याला दिसले की अजून काही जण त्याच्या बद्दल काही बोलत आहेत...आज नक्की आपल्या हातुन काय घडलंय की सगळे जण माझ्या बद्दल बोलत असतील हा विचार त्याला त्रास देऊ लागला!

जेवण्याच्या वेळेस नेहमीच्या लोकांनी त्याला टाळले त्यामुळे त्याचा आत्मविश्वास पूर्णपणे रसातळाला गेला...

त्यावेळेस त्याला जाणवले की आपण काहीतरी मोठी चूक केली आहे आणि म्हणून आपल्या बाबतीत असे घडत आहे.

तो प्रचंड अस्वस्थ झाला होता..मनापासून दुसऱ्यांना आनंदी ठेवणारा विनय आज मात्र स्वतः दुःखी झाला होता...

का असे झाले असेल?

नक्की काय घडले असेल विनय च्या बाबतीत?

मी असंख्य लोकांशी बोलत असताना मला एक गोष्ट अगदी प्रकर्षाने जाणवली ती म्हणजे लोक स्वतःचे आयुष्य नीट जगत नाहीत..याचा अर्थ काय? तर याचा अर्थ हाच कीं अनेक जण इतर लोकांच्या नजरेतुन जगतात!

आता विनय चे पहा ना, त्याने स्वतःच्या आयुष्याचा आनंद हा दुसऱ्यांच्या रिऍकशन्स वर अवलंबून ठेवला होता...रिऍकशन चांगली तर आंनद निश्चितच... रिऍकशन वाईट तर दुःख ठरलेले!

जी माणसे आपल्या प्रत्येक कृतीवर, सतत लोक काय म्हणतील याचाच विचार करत असतात ते सुखी होण्यापूर्वीच दुःखी होत असतात.

लोक काहीतरी नक्की म्हणतात..कधी चांगले..कधी वाईट!

कधी आपल्या बाजुने तर कधी आपल्या विरुद्ध!

या सगळ्यात आपण स्वतः नक्की कोण आहोत, आपलं अस्तित्व कशावरती अवलंबून आहे? या रिऍकशनस् नी आपल्याला नक्की किती फरक पडतो हे जाणणे खूप गरजेचे आहे...

जर आपण दुसऱ्यांच्या भावनेने स्वतःचे मूल्यमापन करणार असू तर ते चुकीचे आहे..

प्रत्येक क्षणाला लोक काहितरी म्हणणारच हे मान्य करणे जास्त सोपे नाही का? एकदा हे स्वीकारले की दुःख कशाचेच राहणार नाही.

आणि म्हणतात ना, लोकांचे काय आहे- पेरू घेताना ते गोड आहेत का म्हणून विचारतील आणि कापल्या नंतर त्याला मीठ लावून खातील!

हीच रीत असते जीवनाची!

दुनिया का सबसे बडा रोग क्या कहेंगे लोग...

मग ह्या रोगापासून लांब राहणार ना?

59

विचार:-

किती महत्वाचा शब्द आहे ना ' विचार'!

खरं म्हणले तर विचार हा आपला खूप जवळचा मित्र अथवा मैत्रीण म्हणा जो कधीच साथ सोडत नाही आणि नाण्याची दुसरी बाजू म्हणाल तर एक असा शत्रू जो कधीच पाठ सोडत नाही!

जळी, स्थळी, काष्ठी, पाषाणी जिथे तुम्ही असाल तिथे तुमच्या सोबत आहे ते तुमचे 'विचार'.

प्रत्येक गोष्टीला दोन बाजू असतात, आपण कोणत्या अँगल ने ते घेतो त्यावर सगळे अवलंबून असते.

माझ्या खूप जवळच्या अशा व्यक्तीचे उदाहरण मी इथे देऊ इच्छितो..

तर आपण त्याला नाव देऊ यात मित्र!

तर हा माझा हा मित्र मुळात खूप आणि खूप सज्जन व्यक्ती आहे. खूप चांगल्या मनाचा, विचारांचा आणि अत्यंत कर्तव्यदक्ष!

मी तर म्हणेन अति हुशार आणि अति चांगला ही एक त्याला दैवी देणगी आहे आणि कधी वाटते की हा एक श्राप सुद्धा!

कुठल्याही गोष्टीचा खूप खोलवर स्टडी करायचा, मग त्यात चांगलं किंवा वाईट पडताळून बघायचे आणि त्या सगळ्यात खूप लेव्हल वर विचार करत स्वतःला त्रास करून घ्यायचा. मुख्यतः या सगळ्या प्रोसेस मध्ये त्या क्षणाची मजा ही हरवून बसायची! एखाद्या गोष्टीचा सुतावरून स्वर्ग गाठायचा म्हणा ना!

खूप चांगले असणे, दुसऱ्याच विचार करणे या नादात त्या माझ्या मित्राने ने स्वतःला हरवून दिले आहे. त्याचा शोध घेत मी त्याला कायम काहीतरी सांगत असतो.

विचार हा तुम्हाला तुमचे भविष्य घडवायला मदत करतो. त्याला दिशा देणे खूप महत्वाचे आहे. तुम्ही शालेय जीवनात असता तेव्हा निर्णय घरातील मोठे घेतात! मग मोठे झालो की मित्र- मैत्रिण सोबत आणि मदत सुद्धा करतात पण या सगळ्यात सर्वात

महत्वाचं आहे ते तुमचं स्वमत! जे घडत असते ते विचारांनी.

विचार करणे हे खूप गरजेचे आहेच. जर विचार केले नाही तर मार्ग मिळणार नाही आणि मार्ग मिळाला नाही तर आपलं यश आपल्याला मिळणार नाही.

म्हणून म्हणतो त्याला द्यावी लागते ती दिशा आणि त्या योग्य दिशेसाठी महत्वाचे आहे ते म्हणजे तुमचे सकारात्मक असणे!

आता आपण बघूयात याच विचारांची दुसरी बाजू!

विचारांना जर आपण भरकटू दिले तर त्यासारखा मोठा शत्रू दुसरा कोणी नाही. माणसाचं मन म्हणजेच त्याचे विचार हे वेगळेच रसायन आहे!

तर हे मन तुम्हाला प्रत्येक वेगवेगळ्या प्लॅटफॉर्म वर नेऊन आणते आणि त्याची गल्लत होते आणि निर्माण होते भीती!

मग ही भीती स्वतःचे वर्चस्व गाजवत आपल्याला नेते चुकीच्या दिशेने आणि आपण करतो ते निगेटिव्ह विचार!

जसे म्हणतात ना एक ग्लास पाण्याने अर्धा भरून असला तरी बघणारा कोणी म्हणतो की हा अर्धा रिकामा तर कोणी म्हणतो नाही हा अर्धा भरलेला ग्लास आहे. तर हे जे मत निर्माण होत असते ते तुमच्या विचारांनी!

खरं तर मी म्हणेन की ज्याला खरच तहान लागली आहे त्याने हेच बघावं की हे अर्धा ग्लास पाणी माझी तहान भागवू शकते मग मी त्याला रिकामा का म्हणावे!

खरंतर आपल्यात जग जिंकण्याची जिद्द असावी, काम करण्याची क्षमता निर्माण करावी आणि त्याला जोड द्यावी ती योग्य विचारांची, आणि मग बघा जे मिळते ते किती उत्तुंग यश असते आणि ते आत्मिक समाधान मिळवून देते.

यश हे तुमची वाट बघत असते तिथवर पोचण्याचा मार्ग आपल्याला शोधायचा असतो. मुळात तो असतोच पण आपण योग्य विचारांची जोड द्यायची असते.

एक चांगला विचार संपूर्ण आयुष्य घडवते तर

एक चुकीचा विचार त्याला मातीत मिळवते.

विचार हे वाईट नाहीत ते फार गरजेचे आहेतच पण त्याला दिशा देणं हे आपल्या हातात असावे.

आपल्या मनावर आपलं प्रभुत्व आपण निर्माण करायचं असते ते जर दुसऱ्याच्या हातात दिले तर मात्र मार्ग कठीण होतो.

सुखकर असे काहीच नसते आणि सहज सुद्धा! त्याला आपल्या विचारांनी ते बनवावे लागते आणि जोड द्यावी लागते ती सुयोग्य मेहनतीची.

खूप सहज आणि साध्या गोष्टी असतात पण योग्य रीतीने जर आपण गाईड लाईन मिळावली तर आपले आयुष्य आणखी जास्ती सुखकर होते आणि जीवनाचा परम आनंद आपल्याला मिळतो.

आपलं सुख, समाधान, आनंद हे आपल्या स्वतःवर अवलंबून आहे आणि ते मिळवणे हे सुदधा!

चांगले विचार करा! चांगली सोबत ठेवा!आणि मनापासून विश्वास ठेवा मग तो व्यक्ती असो अथवा ती अदृश्य शक्ती!

तुम्ही यशस्वी होणारच हा विश्वास बाळगा आणि पुढे चालत राहा.

मग म्हणतात ना 'सबकुछ आसान है!'

आणि त्या विचारातच तुमचे भविष्य आहे, तुमचे कर्तृत्व आहे.

एक योग्य विचार हा तुम्हाला पराकोटीचा आनंद आणि यश देऊ शकतो हे कधीच विसरू नका आणि त्या विचारला चुकीच्या दिशेने भरकटू देऊ नका.

लेख वैचारिक आहे तर या लेखाचा ही नीट मनापासून आणि नक्की 'विचार' करा!

60

निरोप :-

प्रसंग:- 1

मोबाईल ची रिंग बराचवेळ वाजत होती पण पलीकडून कोणी कॉल घेतला नाही. त्याने पुन्हा पुन्हा प्रयत्न केला, शेवटी एका मुलीने फोन उचलला आणि म्हणाली " मॅडम मिटिंग मध्ये आहेत, काय असेल तो निरोप द्या मी त्यांना कळवते."

त्याने विषण्ण मनाने कॉल कट केला आणि शांत बसून राहिला. तिला निरोप मिळेल का? हाच विचार त्याला अस्वस्थ करत होता.

प्रसंग:- 2

शनया ला स्कॉलरशिप मिळाली होती आणि ती परदेशात जाणार होती, त्यामुळे ती आणि तिच्या घरचे खूप आनंदात होते. मुलीला कुठे ठेऊ आणि कुठे नाही असे त्यांना वाटत होते. निघण्याच्या आधी तिचे सर्व मित्र, मैत्रिणी, आप्त शेजारी तिला निरोप द्यायला आले होते.

जाण्याचा दिवस उगवला तसे भरल्या मनाने तिचे आईवडील आणि भाऊ तिला निरोप द्यायला एअरपोर्ट ला निघाले.

प्रसंग:- 3

फणसे आजी खूप मनमिळाऊ होत्या. लहानात लहान तर मोठ्याला समजून वेळ पडल्यास कान पकडून त्या समजावत असत. त्यांचे स्थान हे प्रत्येकाच्या मनात फार वेगळे होते. प्रेम, आदर, धाक तर आधार असे विविध रूप घेऊन त्या वावरत असत. आज अचानक त्यांचा देहवास झाला, कारण कळले नाही पण नशीबवान की काही त्रास न होता झोपेत गेल्या. त्यांचा सगळा प्रेमाचा परिवार त्यांना अखेरचा निरोप द्यायला आला होता आणि भरल्या मनाने त्यांचे दर्शन घेत होता.

प्रसंग:- 4

आज आकाशचा या ऑफिसमध्ये शेवटचा दिवस होता. त्याची दुसऱ्या शहरात ट्रान्सफर झाली होती, पण त्याच्या मनमिळाऊ स्वभावाने तो सगळ्यांचा खूप प्रिय बनला होता आणि

तो सुद्धा मनाने या लोकांशी जोडला गेला होता. त्याला इथून जाणे आणि त्याला जाऊ देणे ह्या दोन्ही गोष्टी सगळ्यांनाच जड झाल्या होत्या. भरल्या मनाने सगळे त्याला निरोप देत होते तर पुन्हा भेटायला येईन या प्रॉमिस ने तो आज चा हा सेंड ऑफ चा सोहळा अनुभवत होता.

बघा किती वेगवेगळ्या प्रकारचे निरोप.निरोप.... ह्या एकाच शब्दाचे अर्थ बघा किती वेगळे! संदर्भ हे परस्परविरोधी!

दोन प्रेमी जीवांना एकमेकांपासून लांब जायचे नसते पण पुन्हा होणाऱ्या भेटीसाठी त्यांना एकमेकांना निरोप हा द्यावा लागतोच.

शाळेत जाताना लहान मुलं रडतात पण त्यांच्या भविष्यातील प्रगतीसाठी आई त्यांना हसत निरोप देतेच आणि सांगते डब्यात खाऊ दिला आहे मग रडणारे मुलं सुद्धा त्या आमिषाने हात हलवत निरोप देतो.

सगळा दिवस एकत्र घालवणारे मित्र मंडळी सुद्धा अंधार पडला की गळा भेट घेऊन एकमेकांचा निरोप घेतात.

या सगळ्यांच्या मध्ये आशा ही असते ती पुन्हा भेटण्याची त्यासाठी हे तात्पुरता निरोप घेणे असते.

एक फणसे आजी यांचे उदाहरण सोडले तर सगळीकडे परत भेटण्याची इच्छा अपेक्षा आणि आग्रह हा आहेच.

फणसे आजींना जो निरोप मिळाला तो त्यांच्या वरील प्रेम आणि आदर याचे प्रतीक!

जन्माला आलेला प्रत्येक व्यक्ती हा एक दिवस परत न येण्यासाठी जाणारच असतो पण त्या दरम्यान जो प्रवास करतो त्याला म्हणतात आयुष्य चक्र!

प्रेम, आदर, सांगता, आनंद, दुःख अशी निरोपाची अनेक रूपे आहेत. आपण प्रत्येक जण या प्रत्येक रुपाला कधीतरी सामोरे हे जातोच आणि कायम जाणार!

"दिव्या, काय ग निरोप तिकडून?" म्हणत लग्न जमलेल्या मैत्रिणीला सुद्धा चिडवले जाते आणि त्या निरोपाची वाट बघणारी ती दिव्या गालात हसत काही नाही म्हणते आणि गुपचूप आलेला मेसेज वाचत असते. एकच शब्द पण किती वेगळ्या प्रकारे अनुभवायला मिळतो.

शब्द हे खूप ओळखीचे असतात पण त्यातील विविध रंग हे कधीतरी अचानक लक्षात येतात आणि कधी कोणी लक्षात आणून दिल्यावर कळते. पण प्रत्येक रंग हा अनुभवायला हवाच.

मी मी म्हणणारे सुद्धा कधीतरी ह्या निरोपाचे गुलाम बनतात. कधी तिच्या किंवा त्याच्या येणाऱ्या निरोपाची वाट बघत आयुष्याची नवीन सुरवात करण्याच्या बेतात. कधी बिझनेसची मोठी डील होणार असते त्यासाठी वाट बघतात की नक्की काय निरोप येईल.

जीवाचे रान करून बॉर्डर वर उभा असलेला जीव म्हणतो की पत्र आले तर घरची खुशाली कळेल तोही निरोपच असतो.

परदेशी शिकायला गेलेली मुले परत कधी भेटायला येतील ही वाट बघत त्यांचे आप्त निरोपाची वाट बघतात तर हॉस्पिटलमध्ये ॲडमिट असलेल्या आपल्या व्यक्तीच्या तब्बेतीची खुशाली ऐकण्यासाठी रिपोर्ट चा निरोप काय असेल याकडे डोळे लागले असतात.

सगळा खेळ हा भावनांचा आणि बंधनाचा. मान्य केलं तर प्रेम नाहीतर व्यवहार पण एकमेकांना जोडूनच.

सगळे एकमेकांना बांधलेले कधी नात्याने कधी प्रेमाने कधी कर्तव्याने तर कधी जबरदस्तीने पण आयुष्याची बरीच गणिते निरोप या खेळावर अवलंबुन असतात, हो ना?

....समाप्त
!..